THIỀN SƯ NHẤT HẠNH
NGƯỜI ĐEM CHÁNH NIỆM VÀO ĐỜI

A pioneer in bringing Engaged Buddhism
and Mindfulness to the West

NHIỀU TÁC GIẢ

THIỀN SƯ NHẤT HẠNH
NGƯỜI TIÊN PHONG ĐEM ĐẠO PHẬT DẤN THÂN VÀ CHÁNH NIỆM ĐẾN PHƯƠNG TÂY

A Pioneer in Bringing Buddhism
and Mindfulness to the West

CHÙA PHỔ TỪ
Ấn Hành

THIỀN SƯ NHẤT HẠNH
NGƯỜI TIÊN PHONG ĐEM ĐẠO PHẬT DẤN THÂN
VÀ CHÁNH NIỆM ĐẾN PHƯƠNG TÂY

A Pioneer in Bringing Buddhism and Mindfulness to the West

Nhiều Tác Giả

Chùa Phổ Từ ấn hành lần thứ nhất tại Hoa Kỳ, 2014
Tái bản, 2022

17327 Meekland Avenue. Hayward, CA 94541

Phone: (510) 481-1577

Bìa và trình bày:
Tâm Thường Định, Uyên Nguyên

Mục Lục

Lời Ngỏ...9
The Father Of Mindfulness | Người Cha Của Chánh Niệm
The Irish Times 15
"Chúng Ta Lớn Hơn Cơn Giận Của Chúng Ta".............19
Tỉnh Dậy Đi Thôi, Các Bạn Xuất Gia Trẻ! | **Thích Nhất Hạnh** 23
Lời Bụt Cất Lên Từ Vùng Đất Đau Thương | **Morgan Gibson** 45
Trong Bức Thư Pháp Hiện Rõ Bóng Thầy | **Thích Từ Lực** 59
My Teacher Appears In The Calligraphy | **Chau & Jim Yoder** 69
Nước Mắt Ngày Xưa Nay Đã Thành Mưa | **Thế Huyền** 79
Vô Lượng Cánh Vô Ưu **Thế Huyền** 91
Hoa Râm Bụt (Bông Bụp) | **Tâm Thường Định** 95
Nụ Cười Vô Sự **Tâm Thường Định** 97
"MỞ CỬA TRÁI TIM" | **Bạch Xuân Phẻ**.................................101
Chánh Niệm | **Thích Nữ Như Minh** 107
Bước Chân Không Biết Thở | **Trịnh Thanh Thủy** 115
Chốn Ấy Có Nụ Cười | **Trịnh Thanh Thủy**..........................119
Gặp Sư Ông năm 1964 **Chân Văn** 123
Đã Về Đã Tới Kính tặng Thiền sư Nhất Hạnh 133
Từ Hiếu Thân Yêu | **Tâm Nhiên** 134
Người Trồng Cây | **Thích Chánh Trí** 137
Mười Hai Năm Trở Lại..147

Tịnh Độ Mộc Lan | **Thích Chánh Trí**.................................. 149

Theo Bước Chân Thầy | **Thích Từ Lực** 157

Bậc Tôn Sư Cao Cả 167

Chỉ Là Biểu Hiện 169

Lắng Nghe 171

Mong Thầy Bình An 172

Thầy Cô Giáo Hạnh Phúc Sẽ Làm Thay Đổi Thế Giới 173

Trường ĐH Harvard Vinh Danh Thiền Sư Thích Nhất Hạnh 185

Đại học Hồng Kông Vinh Danh Thiền sư Thích Nhất Hạnh 191

Wake Up: The Awakening From Within | **Tâm Thường Định** 199

Hãy Tỉnh Dậy | **Tâm Thường Định** 201

About Thich Nhat Hanh Foundation 203

Sư Ông Nhất Hạnh (Hình: Làng Mai)

Lời Ngỏ

Quyển sách hiện quý vị cầm trên tay là biểu hiện sự kết tụ những tấm lòng biết ơn đối với một bậc Thầy và là thành quả đáng ghi nhớ của sự cộng tác đầy hứng thú và nhiều ý nghĩa. Người đóng góp bài từ nhiều nơi nhưng cùng một mối chân tình, một ý nguyện như nhất. Khởi duyên ra sách thật tình cờ dẫu biết rằng việc đền đáp ơn đức sâu dày không thể trang trải bằng văn tự, chữ nghĩa. Hôm nay, nhờ có duyên lành mà công việc thành tựu, trước, chúng con xin dâng món quà tinh thần và tình cảm này cúng dường ngôi Tam bảo, và sau, chúng tôi xin chia sẻ với quý vị một chút hoa trái của chánh niệm, từ bi.

Sư Ông Nhất Hạnh mà người Phật tử, Việt Nam cũng như Tây phương, thân thương gọi là Thầy, hơn 40 năm qua đã hướng dẫn việc học thiền, khuyên bảo người khác thực tập đạo Từ Bi, cống hiến cho xã hội, cho tập thể trong ngoài, những giá trị thăng tiến đời sống tinh thần và nâng cao ý nghĩa của cuộc sống. Người còn để lại cho đời một sự nghiệp trước tác lớn lao mà việc thừa kế xiển dương, phát huy giá trị gia tài văn hóa này vẫn là mối ưu tư chung không riêng gì người Phật tử. Để bày tỏ lòng biết ơn công giáo dưỡng của Sư Ông, chúng tôi mạo muội kết tập một số bài viết, bài thơ có chất liệu chánh niệm, từ bi vốn là bản chất và đường hướng chính yếu mà Sư Ông và Đạo tràng Mai thôn chủ trương. Chỉ mong, qua cuốn sách nhỏ bé này, người đọc, một lúc nào đó, chợt thấy được giá trị chuyển hóa của đạo Phật đối với cuộc đời đầy gian khổ hiện nay mà quay về con đường tỉnh thức. Chỉ cần dừng lại thôi là chúng ta đã có hạnh phúc vì thấy được tình huynh đệ, cảm được nghĩa đồng bào; từ đó, chúng ta xây dựng những Tăng thân có chánh niệm, những gia đình có tình thương, và sẽ không xa, chúng ta có một xã hội hòa bình, an lạc.

Không cần tìm đâu xa, chúng tôi đã nhận được nguồn cảm hứng nhiệt thành từ những lời dạy của Sư Ông khi cộng tác với nhau. Từ những bài viết của anh Chân Văn, bài thơ của ni sư Như Minh, chúng tôi hiểu thêm về tâm trạng, hoàn cảnh của thế hệ trước khi đối diện với thử thách. Phải kiên trì, quả cảm mới bảo vệ được tín ngưỡng, giữ vững được niềm tin khỏi lung lạc trước những mua chuộc, phân biệt, khó khăn, bức bách. Đến khi đọc bài thầy Chánh Trí, Thế Huyền hay của Tâm Thường Định thì nhận thấy rằng việc khơi dậy, phát huy tình đạo trên căn bản tương thân, liên đới vẫn là điều cần thiết phát triển sức mạnh tinh thần của tập thể đồng thời đem lại an lạc cho nhiều người. Ngoài ra cũng không quên sự đóng góp của *Lotus Types Of Media* mà phương cách làm việc khoa học, vững vàng sẽ đưa tương lai đi xa với rất nhiều triển vọng.

Cuối cùng, chúng tôi, những người đóng góp bài cho tập sách, như đang quây quần trong một gia đình tâm linh, nhân việc bày tỏ tấc lòng đối với bậc Thầy, còn nhận ra ý nghĩa cao đẹp của những giá trị truyền thống. Trong tinh thần trên, xin hồi hướng đến các Phật tử mạnh thường quân ở chùa Phố Từ đã giúp trang trải mọi phí tổn ra đời cuốn sách này.

Kính mong được đón nhận những lời chỉ dạy và khuyến khích, xây dựng của quý vị xa gần để chúng tôi tránh được những vụng về, lầm lỗi và, hy vọng, những cuốn sách khác có thể tiếp tục ra đời cho thêm niềm vui của tứ chúng.

Hayward, ngày 10 tháng 12 năm 2014

Thích Từ-Lực

cẩn đề

Bức tượng đồng của 25 nhân vật nổi tiếng thế giới, trong đó có Sư Ông Nhất Hạnh. (Hình: Làng Mai)

The Father Of Mindfulness
Người Cha Của Chánh Niệm

The Irish Times
Tuesday, April 10, 2012

THÍCH NHẤT HẠNH, vị thiền sư 86 tuổi, hiện đang ở Ireland sẽ giúp chúng ta chuyển hóa thân tâm, làm đẹp đời sống của chính chúng ta bằng những phương pháp đơn giản có thể thực hành được trong đời sống hằng ngày.

Tối ngày mai, có ít nhất là 2000 người trên cùng khắp Ireland sẽ tụ họp về Convention Center ở Dublin để lắng nghe Thiền sư Thích Nhất Hạnh - vị thiền sư người Việt Nam, 86 tuổi, người mà đã thành công lớn trong việc khơi dậy niềm hứng khởi tu tập Thiền Chánh Niệm trong đời sống của cả thế giới người Tây Phương.

Trong 30 năm gần đây, ông thầy tu vốn là một nhà hoạt động cho hòa bình, một nhà văn, một Thiền sư (mà các đệ tử vẫn thân thương gọi người là **Thầy** - tiếng Việt Nam chỉ có nghĩa là thầy dạy học, thầy dạy tu - từ trung tâm tu học của người là Làng Mai đã đi thuyết giảng rất nhiều nơi trên các nước Âu Châu, Bắc Mỹ Châu và rất nhiều nước vùng Đông Nam Á.

Thông điệp của Thầy rất đơn giản nhưng khi thực tập thì kết

quả lại sâu sắc, thâm trầm. Chỉ cần chú tâm trở về hoàn toàn với hơi thở và đem tâm chú ý đơn thuần vào những hành động hằng ngày, chúng ta có thể từ từ chuyển hóa và trị liệu nhiều vết thương trong ta và những người khác bằng lòng từ và tâm thương yêu.

Qua những cuốn sách của Thiền sư (Thầy đã viết hơn 100 quyển sách), Thầy đã dùng nhiều cách thiền quán, những bài tập, những câu chuyện thực tập và chuyển hóa thật của một số thiền sinh và những góp ý của Thầy để giúp người đọc đạt được sự bình an mà Thầy vẫn nhắc nhở để chúng ta nhớ là sự bình an đó đang có sẵn nơi ta trong bất cứ lúc nào. Tăng thân xuất sĩ ở Làng Mai là một mẫu mực cho sự thực tập chánh niệm. Họ có thể chào đón hướng dẫn tu tập cho một ngàn người mỗi tuần trong suốt bốn tuần mùa Hè. Cô Josephine Lynch chia sẻ rằng: *"Thiền sư đã thực sự sống với những gì Thầy dạy. Thức ăn ở đó hoàn toàn không có thịt cá mà cũng không có trứng, không có sữa và những thực phẩm làm từ sữa như phô mai, sữa chua. Các xóm ở Làng Mai đang cố gắng có một ngày không dùng xe hơi trong tuần. Trẻ em, gia đình và cách sống cộng đồng là trung tâm của những sinh hoạt tại Làng Mai. Vì thế những khóa tu ở đây không có được sự im lặng nhiều như những khóa tu khác"*. Cô Josephine Lynch là người dạy chánh niệm ở vùng này và cũng là thành viên nhóm tu chánh niệm tại Ireland. Cô cũng là người thỉnh Thầy về dạy ở Ireland.

Thiền sư sinh năm 1926, xuất gia lúc 16 tuổi và tám năm sau đã cùng thành lập chùa Ứng Quang, sau đó trở thành Phật Học Đường Ấn Quang, Phật Học Viện hàng đầu rất nổi tiếng tại

Miền Nam Việt Nam về học Phật.

Năm 1961 Thầy đi Hoa Kỳ và dạy học về Tôn Giáo tỷ giáo (so sánh về các tôn giáo) ở đại học Princeton và đại học Columbia New York. Đến năm 1963 Thầy trở về lại Việt Nam để hướng dẫn phong trào tranh đấu bất bạo động cho hòa bình Việt Nam. Năm 1964 thiền sư thành lập Trường Thanh Niên Phụng Sự Xã Hội đào tạo người Phật tử đi về thôn quê xây trường học, bệnh xá và những hợp tác xã về nông nghiệp, chăn nuôi và giúp tái thiết và xây dựng lại những đổ vỡ trong chiến tranh.

Thầy cũng đã thành lập nhà xuất bản để in nhiều sách kêu gọi hòa giải giữa hai phe lâm chiến và cũng là chủ bút tuần báo Hải Triều Âm, tiếng nói chính thức của Giáo Hội Phật Giáo Việt Nam Thống Nhất. Năm 1966 Người đi Hoa Kỳ để kêu gọi ngưng chiến tại Việt Nam.

Vì những công tác xây dựng và tình thương lớn ấy mà Martin Luther Jr đã đề nghị thiền sư cho Giải Nobel Hòa Bình năm 1967.

Thiền Sư trở lại Pháp khi có cuộc hòa đàm tại đây và đã làm Trưởng Phái Đoàn của Giáo Hội Phật Giáo Việt Nam Thống Nhất tại Paris. Sau khi Hòa Ước được ký kết năm 1973, thiền sư vẫn bị từ chối cấp thị thực để trở về nước Việt Nam phụng sự. Năm 1975 Thầy lui về cư trú tại Phương Vân Am, thiền quán, làm vườn, đóng sách và đi dạy thiền khắp nơi trên thế giới.

Chính tại một khóa tu dạy tại Hoa Kỳ mà Tiến sĩ người Hoa Kỳ Jon Kabat-Zinn đã học thiền chánh niệm với Thiền sư đã nhận ra rằng ta có thể dùng Thiền Chánh Niệm để trị liệu những bệnh trầm kha kéo lâu ngày và khó trị. Tiến Sĩ Jon Kabat-Zinn đã chế tác Tám Tuần Trị Giảm Stress và đã từ đó lan truyền khắp nơi về cách trị liệu bằng chánh niệm này.

Một trong những cuốn sách rất nổi tiếng của Thiền sư và được biết nhiều nhất là quyển Phép Lạ của Sự Tỉnh Thức trong sách nầy thiền sư đã chia sẻ rằng Chánh Niệm đã cứu sống Thầy bằng cách nào khi Thầy bị trầm cảm khá nặng sau cái chết của mẹ Thầy. Một cuốn sách thứ hai cũng khá nổi tiếng là **An Lạc Từng Bước Chân** (do Đức Đạt Lai Lạt Ma đề tựa) thiền sư đã viết: "Gốc rễ của chiến tranh nằm sâu trong cách sống hằng ngày của chúng ta - cách chúng ta phát triển kỹ nghệ, xây dựng xã hội và tiêu thụ. Chúng ta không thể đổ tội cho một phía, phía này hay phía kia. Chúng ta phải tập vượt lên trên khuynh hướng muốn theo phe"

Thiền sư được mời trở về Việt Nam năm 2005, sau 40 năm bị lưu đày.

Một thiền giả người Hoa Kỳ đã diễn tả thiền sư Nhất Hạnh như là "nơi giao thoa của một đám mây, một con ốc sên và một phiến sắt nặng – một sự hiện diện thật sự cho đời sống tâm linh".

Nữ tu Công Giáo Stanilaus Kennedy, người sáng lập Trung Tâm The Sanctuary and Focus ở Ái Nhĩ Lan đã diễn tả Thiền sư như **"Người Cha của Chánh Niệm"**.

Nữ tu đã nói rằng: "Thiền sư thực sự muốn làm mới đạo Bụt và kêu gọi cách tu rất thực tiễn gọi là Đạo Bụt Dấn Thân và dạy ta sử dụng tuệ giác nhìn sâu để thấy thật rõ mọi việc để áp dụng đời sống hằng ngày và làm vơi bớt nỗi khổ niềm đau. Thầy là người tỉnh thức và có thao thức rất sâu sắc để giúp đời. Tuy đã thấy rõ Chánh Niệm là vượt cao hơn tôn giáo nhưng người luôn kính trọng các tôn giáo khác".

Trong 10 năm qua thiền sư đã thành lập hai thiền viện tại Hoa Kỳ (Tu Viện Lộc Uyển ở California và Tu viện Bích Nham ở New York), Viện Phật Học Ứng Dụng châu Á (Hong Kong) và Viện Phật Học Ứng Dụng châu Âu ở Đức quốc. Sau khi thuyết giảng ở Dublin thiền sư sẽ hướng dẫn một khoá tu ở Killarney cho hơn 800 người. Và Thầy sẽ về Làng Mai hướng dẫn khóa tu cho khoa học gia suốt 21 ngày, từ 1 đến 21 tháng sáu dương lịch.

Sau khóa tu Mùa Hè ở Làng Mai, Thiền sư lại đi dạy tiếp ở Đức quốc, Hà Lan và Ý. Lúc sau này Thầy ít khi chịu cho báo chí phỏng vấn nhưng qua những cuốn sách, những khóa tu, những giáo thọ xuất sĩ của Thầy và những thiền sinh đã trực tiếp thực tập chánh niệm với Thầy, thông điệp của Thầy đã tiếp tục có âm hưởng lớn tới những vị trong và ngoài cộng đồng tu học.

"Chúng Ta Lớn Hơn Cơn Giận Của Chúng Ta"

Ngay trong giây phút mà ta cảm thấy như ta hoàn toàn tràn ngập bởi cơn giận dữ thì nằm sâu trong ta vẫn còn lòng thương. Khả năng nói lời cảm thông hiểu biết, tha thứ vẫn còn đó. Ta phải tin điều đó. Chúng ta lớn hơn cơn giận dữ ấy, chúng ta lớn hơn nỗi khổ niềm đau kia. Ta phải luôn nhớ rằng chúng ta có khả năng hiểu, thương và tha thứ trong ta dù tình trạng có bế tắc cách mấy ta cũng phải nên nhớ điều đó để nhất định tìm cách thương thuyết để đưa đến sự giải quyết thỏa đáng".

- From Taming the Tiger Within – meditations on Transforming Difficult Emotions by Thich Nhat Hanh from his books, No Death, No Fear; Anger and Going Home (Penguin, 2004)

Xin đại chúng trở về với hơi thở và để cho năng lượng chánh niệm tập thể đưa chúng ta về với nhau như một cơ thể, đi như một dòng sông, không còn cách biệt - **Quán niệm trước khi tụng kinh** - *(Hình: Làng Mai)*

Tỉnh Dậy Đi Thôi,
Các Bạn Xuất Gia Trẻ!

Thích Nhất Hạnh,
Thư tâm tình gửi các con xuất sĩ của Thầy
Nội viện Phương Khê, ngày 27/09/2014

Hồi Thầy mới vào chùa năm 16 tuổi, trên phương diện danh từ thì mình đã được gọi Bụt Sakyamuni là Bổn Sư (Nam Mô Đức Bổn Sư Bụt Sakyamuni). Bổn Sư (tiếng Bắc là Bản Sư) có nghĩa là Thầy tôi. Nhưng kỳ thực đức Bụt mà mình được gặp khi mới vô chùa không phải là một vị Thầy đích thực mà là một nhân vật rất huyền thoại, đầy phép lạ, đầy thần thông, rất xa cách với con người. Mình không được gặp Bụt của đạo Bụt nguyên thủy mà cũng không được gặp Bụt của đạo Bụt tiểu thừa. Hình ảnh Bụt nguyên thủy là một vị Thầy ăn mặc rất đơn sơ, trải bồ đoàn tọa cụ ngồi trên đất, ngồi pháp đàm, nói pháp thoại và ăn cơm với các Thầy. Mình không gặp được hình ảnh đó, vì vậy trên phương diện danh từ mình được gọi là Thầy tôi nhưng kỳ thực giữa mình với đức Sakyamuni có một khoảng cách rất lớn. Đó là một nhân vật hoàn toàn thần thoại, đầy phép lạ.

Mãi cho đến mấy chục năm sau, Thầy mới tìm ra được hình

ảnh của một vị Thầy đích thực, một vị Bổn Sư. Bổn Sư chỉ có nghĩa là "Thầy của tôi" thôi. Giống như nói là Bổn Tự thì có nghĩa là chùa tôi, bản tỉnh có nghĩa là tỉnh của tôi. Cho nên sau đó nhiều thập niên, khi khám phá ra được con người thật của Bụt rồi, Thầy mới nuôi giấc mộng là viết một cuốn sách để cho người ta thấy rằng Bụt không phải là một vị thần linh đầy phép lạ mà là một vị Thầy. Do đó Thầy đã để hết tấm lòng của mình để viết cuốn Đường Xưa Mây Trắng, để lột ra khỏi Bụt những vòng hào quang, những vòng thần bí, để Bụt có thể hiện rõ như một con người, một vị Thầy mà mình có thể tiếp cận được. Cho nên Thầy nghĩ cuốn Đường Xưa Mây Trắng có công đức rất lớn. Nó giúp phục hồi được hình ảnh của một vị Thầy sống đơn giản, không sử dụng quyền phép mà chỉ sử dụng tuệ giác và từ bi để giải quyết tất cả mọi vấn đề.

Đức Bụt mà Thầy gặp năm 16 tuổi là đức Bụt của Mật tông. Hồi đó tại các chùa ở Việt Nam có hai thời công phu. Thời công phu sáng hoàn toàn là Mật tông, trì tụng những chú như Lăng nghiêm, Đại bi và mười bài chú khác. Còn buổi chiều thì đó là đạo Bụt A Di Đà. Trong đạo Bụt A Di Đà thì hình ảnh của Bụt Thích Ca bị lu mờ. Đứng trước hình ảnh của Bụt Di Đà, Thầy không có cơ hội gặp được Thầy của mình trong giáo lý tịnh độ. Nhưng vì hồi đó mình ham tu quá, có một tấm lòng rất háo hức, sôi nổi, muốn tu tập để chuyển hóa. Thành thử tuy đó là một vị Bụt xa cách như vậy nhưng mà Thầy vẫn chấp nhận được. Hơn nữa bài kinh mở đầu thần chú Thủ Lăng nghiêm tụng mỗi buổi sáng mà chư Tổ đã chọn là một bài rất là cảm động. Sư chú nào, sư cô nào mà đọc lên bài ấy đều rất cảm động. Đó là những lời phát nguyện của Thầy A Nan muốn thành Phật để độ chúng sanh. Những cảm động đó lôi cuốn Thầy đi, cho nên Thầy không thấy được những mâu thuẫn, những phương pháp giáo dục nhồi sọ nằm trong cách giáo dục của các Thầy ngày xưa.

Có những câu kinh rất cảm động như:
Nguyện kim đắc quả thành Bảo Vương
Hoàn độ như thị hằng sa chúng
Tương thử thâm tâm phụng trần sát
Thị tắc danh vi báo Phật ân.

Những câu này có nghĩa: Bây giờ đây con mong mau chóng chứng quả để trở thành một vị Bụt, để có thể đi vào ngay trong cuộc đời, hóa độ chúng sanh nhiều như hằng sa. Con mong đem hết tất cả tấm lòng sâu xa của con để phụng sự tất cả các cõi. Tại vì con nghĩ như vậy mới tạm xứng đáng để báo đáp được công ơn của Bụt.

Đọc những câu đó, người tu trẻ thấy rất cảm động. Thầy A Nan hồi đó cũng là một người trẻ. Có những câu hồi đó Thầy chỉ biết tụng và nghe theo thôi, Thầy không thấy được những mâu thuẫn ở trong đó. Như trong bốn câu:
Phục thỉnh Thế Tôn vị chứng minh,
Ngũ trược ác thế thệ tiên nhập.
Như nhất chúng sanh vị thành Phật,
Chung bất ư thử thủ nê hoàn.

Có nghĩa: Xin đức Thế Tôn chứng minh cho chúng con. Trong cuộc đời đầy khổ đau, ngũ dục, độc ác và bạo động này, con sẽ là một trong những người đầu tiên tình nguyện đi vào để cứu độ. Chừng nào còn có một chúng sanh chưa thành Phật thì chừng đó con chưa chịu chứng Niết Bàn. Câu chót này mãi đến mấy chục năm sau Thầy mới thấy sai. Câu này có nghĩa là: chứng Niết Bàn chắc là khỏi phải làm gì nữa hết; vì vậy cho nên khoan chứng Niết Bàn, để làm việc cứu độ chúng sanh đã. Chứng Niết Bàn rồi thì rong chơi thôi. Đó là một quan niệm rất sai lầm về Niết Bàn. Theo nguyên tắc, khi đạt được tuệ giác sâu sắc thì mình tiếp xúc được với bản tính vô sinh - bất diệt, phi khứ - phi lai, phi hữu - phi vô và đó là thế giới của lắng dịu, an lạc và hạnh phúc. Đó là Niết Bàn. Nếu mình không hưởng được những cái ấy thì sức mấy mà mình đủ sức mạnh để tiếp tục cứu độ chúng sanh. Cho nên nói rằng con chưa chịu chứng Niết Bàn đâu, con phải làm việc cho cực nhọc để độ sinh đã. Đó là một điều sai lầm mà Thầy không thấy được tại vì Thầy đang còn trẻ.

Điều này cũng do sự hiểu lầm phổ biến về Niết Bàn. Có quan niệm về hữu dư y Niết Bàn và vô dư y Niết Bàn. Vô dư y Niết Bàn là Niết Bàn trong đó không còn có những tàn dư như Năm uẩn. Nhưng nếu trong Niết Bàn mà không có Năm uẩn thì làm sao ta hưởng được cái vui, an lạc và lắng dịu của Niết Bàn? Hữu dư y Niết Bàn là đã chứng đạo, đã chứng Niết Bàn nhưng vẫn còn mang hình hài Năm uẩn. Còn mang hình hài Năm uẩn thì có khi còn nhức đầu, đau bụng, mỏi chân, mỏi tay, vì vậy đó chưa phải là vô dư y Niết Bàn. Đó là một quan niệm rất sai lầm. Quan niệm cho rằng hạnh phúc và khổ đau là hai cái hoàn toàn không cần tới nhau, có thể chỉ có hạnh phúc mà không cần khổ đau, và chỉ có thể có khổ đau mà không cần hạnh phúc. Đó là quan niệm lưỡng nguyên không đúng với tinh thần tương tức của đạo Bụt.

Trong đạo Bụt có sự phân biệt Năm uẩn và Năm thủ uẩn. Thực ra thì Năm uẩn là những gì rất mầu nhiệm, nhưng nếu mình đem tâm để nắm bắt Năm uẩn, cho Năm uẩn là một cái ta, hay là một vật sở hữu của ta thì Năm uẩn trở thành Năm thủ uẩn."Thủ" tức là nắm bắt và đối tượng của nắm bắt. Niết Bàn không phải là nơi không có Năm uẩn mà là nơi không có Năm thủ uẩn. Năm uẩn hết sức mầu nhiệm, ví dụ như Năm uẩn của Bụt.

Sau đây là hình ảnh đức Sakyamuni của Mật tông mà người trẻ mới xuất gia được tiếp cận trong bài tụng mở đầu cho chú Lăng Nghiêm:

"Nhĩ thời Thế Tôn, tùng nhục kế trung, dõng bách bảo quang, quang trung dõng xuất thiên diệp bảo liên, hữu hóa Như Lai, tọa bảo hoa trung. Đỉnh phóng thập đạo, bách bảo quang minh, nhất nhất quang minh, giai biến thị hiện thập Hằng Hà sa Kim cang mật tích, kình sơn trì xử, biến hư không giới. Đại chúng ngưỡng quan, úy ái kiêm bão, cầu Phật ai hựu, nhất tâm thính Phật vô kiến đảnh tướng, phóng quang Như Lai tuyên thuyết thần chú."

"Lúc bấy giờ từ nhục kế trên đỉnh đầu, đức Như Lai phóng ra một luồng ánh sáng. Trong luồng ánh sáng đó có trăm châu báu. Trong luồng ánh sáng ấy của đức Như Lai phóng ra xuất hiện một hoa sen ngàn cánh và ngồi trên hoa sen ngàn cánh là hóa thân của một vị Bụt, và trên đỉnh đầu của vị Bụt hóa thân này cũng phóng ra mười đạo hào quang và đạo hào quang nào cũng có đầy trăm thức quý báu. Trong các đạo hào quang này hiện ra biết bao nhiêu là vị Kim Cương mật tích, số lượng nhiều như số cát sông Hằng. Vị nào cũng một tay nâng ngọn núi, một tay cầm một cái chày bằng kim cương và họ đang có mặt tràn đầy trong không gian. Đại chúng nhìn thấy như vậy, một mặt thì vừa sợ một mặt vừa thương, ai cũng nhìn đức Thế Tôn, khẩn cầu đức Thế Tôn xót thương, che chở và mọi người đợi lắng nghe đức Thế Tôn. Lúc đó đức Thế Tôn phóng ra một hào quang từ nơi đỉnh đầu và bắt đầu tuyên thuyết thần chú Thủ Lăng Nghiêm."

Trong đạo Bụt nguyên thủy và cả trong đạo Bụt tiểu thừa làm gì mà có cảnh tượng như vậy, Bụt đâu phải là một vị thần linh đầy dẫy phép lạ, đầy dẫy hào quang, xa cách con người như vậy.

Kim cương mật tích tức là những vị thần Dạ Xoa đi theo tu học với Phật và nguyện đem hết sức mình để bảo hộ Phật Pháp. Hình ảnh của một vị kim cương mật tích là hình ảnh của một người đang cầm một cái chày bằng kim cương gọi là kim cương xử và nếu ai động tới Phật Pháp thì chỉ cần một cái chày đó thôi cũng đủ tan thân nát thịt rồi. Khi Bụt phóng hào quang thì đại chúng nhìn lên thấy các vị kim cương mật tích cầm chày kim cương có mặt đầy tràn trong không gian. Một mặt đại chúng rất khiếp sợ, một mặt rất thương kính và do đó tất cả đều lắng nghe Bụt để Bụt bắt đầu tuyên thuyết thần chú Thủ Lăng Nghiêm. Đây là Phật giáo của Mật tông. Tuy là ở Việt Nam các chùa được gọi là cửa Thiền nhưng thực ra phần lớn chỉ tu Mật tông và tịnh độ mà thôi. Buổi sáng tụng chú, buổi tối niệm A Di Đà.

Hình ảnh một vị Bụt ngồi phóng hào quang và làm xuất hiện vô số các vị kim cương mật tích đầy dẫy khắp hư không, tuyên thuyết một bài linh chú dài tới hai mươi phút, hình ảnh đó không thể nào là đối tượng của niềm tin cho giới trẻ và trí thức ngày nay. Cũng như hình ảnh của một vị thượng đế, một ông già râu dài đang ngồi trên trời và quyết định những gì xảy ra trên trần thế, hình ảnh ấy không còn là đối tượng của niềm tin cho giới trẻ thời nay. Ấy vậy mà buổi khuya nào mình cũng vẫn tụng đi tụng lại cái hình ảnh của một vị thần linh như thế. Thử hỏi một đạo Bụt như thế có còn thích hợp với thời đại của chúng ta nữa hay không?

Trong bài tựa lời phát nguyện của đức A Nan mở đầu cho thần chú Thủ Lăng Nghiêm, có câu ca tụng thần chú Thủ Lăng Nghiêm như sau:

Thủ Lăng Nghiêm Vương thế hy hữu
Tiêu ngã ức kiếp điên đảo tưởng,
Bất lịch tăng kỳ hoạch Pháp thân.

"Định Thủ Lăng Nghiêm này trên đời rất hiếm có. Nó có khả năng giúp con làm tiêu diệt những tri giác sai lầm, chống ngược được tích lũy trong cả ngàn ức kiếp và con cũng không cần trải qua một thời gian quá dài mới đạt được pháp thân".

Điên đảo tưởng là những tri giác chống ngược, như trắng mà nói là đen, khổ thì nói là vui, vô thường thì nói là thường, vô ngã thì nói là có ngã. Đó là những tri giác sai lầm gọi là những tri giác điên đảo. Danh từ "điên đảo" này cũng có ở trong Tâm Kinh: "Viễn ly điên đảo mộng tưởng, cứu cánh Niết Bàn", là xa lìa những mộng tưởng điên đảo, tức là tiêu diệt được những tri giác chổng ngược đầu lại. Tứ điên đảo là bốn cái thấy chổng ngược."Điên đảo" trong tiếng Anh gọi là "upside down". Bất tịnh mà mình cho là tịnh, khổ mình cho là vui, vô thường mình cho là thường, vô ngã mình cho là có ngã. Đó gọi là Tứ điên đảo. Và các Thầy ngày xưa đã dạy mình một cách rất nhồi sọ. Trong Bốn Lĩnh Vực Quán Niệm (thân, thọ, tâm và pháp). Quán thân trong thân, quán thọ trong thọ, quán tâm trong tâm, quán pháp trong pháp thì phải thấy thân là bất tịnh, thọ là khổ. Thân không thể nào là tịnh được, còn thọ chỉ có thể là khổ, tâm chỉ là vô thường và các pháp chỉ là vô ngã. Mình được học thuộc lòng một cách rất là nhồi sọ: Thân bất tịnh, Thọ thị khổ, Tâm vô thường, Pháp vô ngã. Đó là chân lý bất di bất dịch mình không thể nói ngược lại được. Trong mười hai nhân duyên, thọ là khổ, nhưng nếu mà thọ chỉ là khổ thì làm sao có thể đưa tới ái? Phải có những cảm giác dễ chịu cho nên người ta mới sinh ra tham đắm, vướng mắc.

Ngay trong thời Bụt còn tại thế đã có danh từ Pháp thân rồi. Hôm đó Bụt đến thăm Thầy Vakkhali, Thầy đang hấp hối.

Thầy được Bụt hỏi:
Thầy còn tiếc nuối gì nữa không?

Thầy Vakkhali nói:
"Bạch đức Thế Tôn: con không còn tiếc nuối gì nữa cả. Con chỉ còn một tiếc nuối duy nhất là vì bệnh quá nên mỗi khi đức

Thế Tôn thuyết pháp trên núi Thứu thì con không được lên để nhìn ngắm và chiêm ngưỡng đức Thế Tôn".

Ai cũng biết ngày xưa Thầy có vướng mắc với Bụt, cho nên Bụt không cho làm thị giả nữa.

Bụt nói: "Này, nhục thân của tôi đây, hình hài của tôi đây là vô thường, thế nào cũng có ngày tiêu hoại. Nếu Thầy có được pháp thân của tôi thì Thầy đâu còn thiếu thốn gì nữa mà tiếc nuối".

Đó là câu nói chứng tỏ trong thời Bụt đã có danh từ Pháp thân. Pháp thân là cái hiểu của mình về giáo pháp, trong đó có Tứ đế, Bát chánh đạo, Thất giác chi... và những phương pháp tu tập có khả năng chuyển hóa những niềm đau, nỗi khổ đem lại Hỷ, Lạc để nuôi dưỡng mình và những người khác, để cuối cùng mình có thể giải thoát cho mình khỏi hệ lụy, chuyển hóa phiền não, có khả năng độ đời.

Hồi đó chưa có danh từ Tăng thân. Phải đợi tới hai mươi mấy thế kỷ về sau, danh từ Tăng thân mới xuất hiện ở Làng Mai. Trong bộ ba: Phật thân, Pháp thân, Tăng thân thì Tăng thân vô cùng quan trọng. Nếu không có Tăng thân thì chí hướng của một người tu không bao giờ được thành tựu. Cho nên sau khi đức Sakyamuni thành đạo, việc đầu tiên mà Ngài nghĩ tới là đi tìm những người bạn tu để thành một Tăng thân sáu người. Bụt thấy rất rõ là nếu không có một Tăng thân thì sự nghiệp của Bụt không thành tựu được.

Những người tu trẻ của mình khi mới tu, tâm bồ đề rất hùng tráng, rất vững chãi. Chí nguyện của mình là muốn tu để trở thành một vị Thầy lớn, có khả năng giải thoát cho mình và độ đời, đem lại nhiều an lạc, giải thoát cho đoàn thể tu học của mình. Phải xây dựng Tăng thân xuất gia như thế nào để Tăng thân xuất gia ấy có khả năng tổ chức tu học và độ cho những đoàn thể tu học của người cư sĩ. Cho nên trong bài tụng mở đầu cho chú Lăng Nghiêm, lời phát nguyện của Thầy A Nan rất cảm động. Đó là giấc mơ lớn của Thầy A Nan mà cũng là của bất cứ ai muốn tu để trở thành một vị Thầy lớn.

Cũng như bài Phát Nguyện Văn (Sám Quy Mạng) của Thiền sư Di Sơn là một giấc mơ lớn của người tu. Đọc Sám Quy Mạng mình thấy rõ ràng là người tu có một giấc mơ rất lớn, muốn trở thành một vị đạo sư lớn để giúp đời trên mọi phương diện. Trong những năm đầu thì mình tự ru mình bởi những chí nguyện đó. Nhưng vì ở trong chùa, mình không có cơ hội để học hỏi những pháp môn có khả năng xử lý những cảm thọ và những cảm xúc khổ đau, không được học những phương pháp chế tác Hỷ và Lạc để tự nuôi dưỡng mình, sử dụng các phương pháp lắng nghe và ái ngữ để tái lập lại truyền thông với huynh đệ, do đó mình không có khả năng xây dựng được một tăng thân xuất gia. Mình không có một phương tiện thiết yếu để thực hiện được chí nguyện của một người tu.

Dầu mình có cơ hội đi học các trường Phật học, nhưng tại các trường Phật học, dầu là sơ cấp, trung cấp hay cao cấp thì các Thầy, các vị giáo thọ cũng không dạy mình những pháp môn căn bản, mà chỉ dạy giáo lý để mình học thuộc rồi dạy lại cho các thế hệ tương lai thôi. Cái học của mình là cái học từ chương như vậy. Mình phải thay đổi cách học. Các vị Thầy, các vị giáo thọ phải dạy cho mình những phương pháp thở, đi, ngồi, điều phục những tâm hành: giận, buồn, ghét, ganh tị, xử lý được những niềm đau, nỗi khổ, làm lắng dịu những cảm thọ, cảm xúc lớn. Khi mình biết làm những chuyện ấy rồi thì mình mới có thể giúp cho huynh đệ mình cũng làm được, và mình mới có thể dạy cho sinh viên của mình làm được những chuyện đó.

Khi mình biết sử dụng ái ngữ, lắng nghe, tái lập được truyền thông, đem lại sự hòa giải, mình mới có thể xây dựng được một Tăng thân. Tăng thân là phương tiện căn bản để có thể thực hiện được chí nguyện và sự nghiệp của một đời tu. Mình không được học những cái ấy ở trường Phật học. Đó là chuyện rất là thiếu sót. Mà chính các Thầy dạy mình, các vị giáo thọ cũng không biết thì làm sao dạy? Cho nên trong chúng, đôi khi chỉ có năm ba huynh đệ mà sống cũng không hòa hợp với nhau. Mỗi người có một giấc mơ riêng. Trong đời sống hằng ngày chỉ làm những việc như: cung cấp những nhu yếu tín ngưỡng, tín mộ, những tiện nghi tình cảm cũng như tinh thần cho giới bốn đạo mà thôi. Những người nào biết làm chuyện đó thì có cuộc sống dễ dãi hơn những người khác. Nhất là những Thầy có khả năng tán tụng và đi cúng thì sẽ có một cuộc đời thoải mái hơn các Thầy khác. Và cũng hay bị những người khác ganh tị.

Rồi cuối cùng đa số đều ước muốn được làm trụ trì một ngôi chùa, có đồng vào, đồng ra, có đủ bốn đạo để chăm sóc chùa của mình, và một vài vị đệ tử để tiếp nối công việc của mình và giúp mình trong công việc ứng phó, cúng đám. Cho nên giấc mơ chưa bao giờ thực hiện được, giấc mơ vẫn còn là giấc mơ. Khuya nào cũng tụng bài tựa của Thầy A Nan, khuya nào cũng tụng bài Phát Nguyện Văn của Thiền sư Di Sơn, mà rút cuộc là giấc mơ chưa bao giờ được thực hiện. Điều này đã xảy ra cho trên chín mươi lăm phần trăm những người tu trẻ và rốt cuộc họ chỉ trở thành những ông thầy cúng. Rồi những chức vụ lãnh kinh trong Giáo Hội, những danh xưng và địa vị càng ngày càng làm họ lún sâu.

Chỉ có một số vị, ít hơn một phần trăm, trở thành học giả. Học giả tuy rất quý, nhưng không làm được công việc đứng ra xây dựng tăng thân và hóa độ đồ chúng. Trong lịch sử Việt Nam cận đại, chúng ta có được một số vị cao tăng có khả năng dựng tăng và hóa độ đồ chúng, như Thiền sư Phước Huệ, chùa Thập tháp - Bình Định, Thiền sư Trí Thủ trụ trì chùa Ba la mật - Huế, Thiền sư Thiện Hòa giám đốc phật học đường Nam Việt chùa Ấn Quang - đường Sư Vạn Hạnh, Sài Gòn, Thiền sư Thiện Hoa trụ trì chùa Phước Hậu - Trà ôn và Thiền sư Trí Tịnh của Phật học đường Liên Hải...

Đó là tình trạng của Phật giáo Việt Nam hiện tại. Xin các con thấy được điều đó mà tỉnh dậy. Mục đích của người tu không phải là đi tìm những tiện nghi vật chất và tình cảm mà để trở thành một vị Thầy lớn có khả năng dựng tăng, độ đời, thành tựu được sự nghiệp của một người tu và thực hiện được như tâm bồ đề hùng mạnh của mình lúc ban đầu.

Quan niệm về Pháp thân ban đầu của Phật giáo nguyên thủy chỉ là cái hiểu về giáo lý căn bản của Bụt và những phương pháp cụ thể để tu tập, xử lý niềm đau, chế tác hỷ lạc và giải thoát cho mình, cho mọi người. Pháp thân chỉ có nghĩa đó mà thôi và pháp thân có thể trường tồn nếu mình biết cách trao truyền lại cho các thế hệ tương lai.

Nhưng cho đến khi truyền thống Yogacara ra đời (khoảng thế kỷ thứ năm, thứ sáu) thì bắt đầu phát hiện ra quan niệm Thanh tịnh Pháp thân Tỳ lô giá na Phật (Vairocana tathagatha). Pháp thân ở đây không còn là cái hiểu và phương pháp tu học nữa mà chính là vũ trụ (cosmic body), là Pháp giới thân. Bụt không còn là cái hiểu và cái hành, mà chính là vũ trụ. Nếu mình lắng nghe tiếng gió, tiếng chim, quan sát cây cối, chim chóc thì thấy rằng tất cả những hiện tượng ấy đều đang thuyết pháp. Nếu mình biết lắng nghe thì mình sẽ nghe Tứ đế, Bát chánh đạo, Ngũ căn, Ngũ lực, Thất bồ đề phần, Bát thánh đạo phần. Bụt vẫn còn đó, chưa bao giờ tiêu diệt cả và Bụt vẫn tiếp tục thuyết pháp qua vũ trụ. Như vậy Bụt chính là vũ trụ, mà Bụt cũng là Thượng đế tạo ra vũ trụ. Điều này đưa quan niệm pháp thân tới rất gần với quan niệm Thượng đế của các tôn giáo khác. Nó cũng có cái rất hay, vì đã tạo ra một nguồn cảm hứng thi ca rất lớn trong Phật giáo đại thừa. Trúc tím, hoa vàng, trăng trong, mây bạc đều là những biểu hiện cụ thể của pháp thân và tất cả những hiện tượng mầu nhiệm đó đều đang thuyết pháp cả. Đó là tính cách nên thơ rất lớn của Phật giáo đại thừa.

Tiếp theo là quan niệm về Báo thân. Trong Duy Biểu, người ta nghĩ rằng Bụt là người có công hạnh rất lớn. Không có lẽ báo thân của Ngài chỉ là một con người nhỏ bé, cao một trượng sáu như vậy thôi hay sao? Và vì vậy người ta tưởng tượng báo thân Bụt rất lớn, lớn đến hàng trăm trượng. Mà chỉ có người chứng đạo mới thấy được báo thân Bụt. Ba mươi hai tướng đẹp, tám mươi tướng tốt, rất mầu nhiệm, đó là Bụt ở trên trời. Và đó mới chính là Bụt. Còn cái con người nhỏ bé, một trượng sáu, ngồi kiết già trên tọa cụ ở trong rừng chẳng qua chỉ là một hóa thân của Bụt thôi, chưa phải là Bụt. Điều này cũng đã ảnh hưởng tới kinh Pháp Hoa.

Kinh Pháp Hoa nói: Bụt không phải chỉ là đức Sakyamuni đang ngồi thuyết pháp cho đại chúng ở núi Thứu, mà Bụt có hóa thân đầy giẫy khắp nơi trên thế giới, và nếu cần Ngài có thể gọi hàng triệu ngàn ức hóa thân của Ngài trên khắp thế giới trở về, cho nên con người nhỏ bé này không quan trọng gì mấy. Vì vậy người ta bị cuốn theo, bị chìm đắm ở trong quan niệm Pháp thân và Báo thân mà coi thường Bụt như là một con người.

Trong bài Trường ca Avril, Thầy cũng đã có một câu "bông hoa vẫn chưa ngưng lời hát ca". Bông hoa trong rừng sâu cũng là Bụt của pháp thân, và bông hoa chưa bao giờ từng ngưng thuyết pháp, chưa bao giờ ngưng lời hát ca. Đó cũng là ảnh hưởng của ý niệm về pháp thân của Bụt.

Bụt là vũ trụ. Vũ trụ là thân, là pháp giới thân của mình, gọi là cosmic body. Điều này cũng đúng. Ví dụ tất cả các đám mây hay tất cả các đợt sóng đều có thân đại dương của mình. Mình không phải chỉ là một đám mây, mình không phải chỉ là một đợt sóng. Mà mình chính là đại dương. Điều này cũng là sự thật. Cho nên khi người tu trẻ đi vào trong chùa thì không được gặp Bụt như một con người, mà chỉ được gặp Bụt như một Thanh tịnh pháp thân Tỳ lô giá na, hay một Viên mãn báo thân Lô xá na (Locana). Ngay trong bài cúng dường quá đường, tất cả đều bắt ấn cát tường và tụng "Cúng dường Thanh tịnh pháp thân Tỳ lô giá na Bụt, viên mãn báo thân Lô xá na Bụt", rồi mới đến "thiên bách ức hóa thân Thích ca mâu ni Bụt".

Thầy nhớ hồi đó ở chùa Ấn Quang có sinh viên các trường Đại học như cô Chi, cô Nhiên, cô Bích, cô Phượng và các anh Bá Dương, Huệ Dương, Chiếu, Khá, Cương... tới thăm Hòa Thượng Thanh Từ. Thầy Thanh Từ hồi đó còn trẻ lắm và vẫn chưa bắt đầu nghiên cứu Thiền. Thầy Nhất Hạnh có chép ra một số bài kệ Thiền của các vị Tổ Thiền tông Việt Nam đời Lý, đời Trần và tặng Thầy. Hòa Thượng Thanh Từ hồi đó còn là một vị Giáo thọ trẻ, rất thích những bài kệ này và từ đó mới bắt đầu nghiên cứu về Thiền.

Thầy ngồi đó nghe mấy thầy trò họ nói chuyện. Cô Phượng (tức là sư cô Chân Không) nói rằng: Bạch Thầy, Thầy dạy là Thân này là bất tịnh, ở trong đó có đàm, có dãi, có phân, có máu, có tanh, có hôi... mình không nên thương. Nhưng khi con quán chiếu, con cũng có thấy trong Thầy cũng có phân, có nước tiểu, có đàm có dãi... nhưng tại sao con vẫn thương? Tại sao vậy? Thầy cười mà Thầy không hề trả lời cho đám sinh viên này. Thành ra câu hỏi đó chứng tỏ rằng quán thân bất tịnh không có hiệu nghiệm. Tuy miệng thì cứ lặp đi lặp lại "thân bất tịnh, thân bất tịnh" hoài, vậy mà tâm vẫn thương như thường, vẫn bị vướng mắc như thường. Điều này cũng đúng với chuyện thọ thị khổ, như ăn ớt cay, cay quá nhưng vẫn cứ ăn.

Thầy nhớ hồi đó cô Phượng, cô Nhiên, cô Chi, cô Bích, cô Nga và nhiều người khác tới thăm Thầy Thanh Từ, thấy Thầy có một hộp bánh bích quy. Mấy chị em mới nói nhỏ với nhau: "Thầy không biết là trong bánh này có trứng, có bơ thành ra mình để cho Thầy ăn cái này là tội. Mình nên rủ nhau ăn hết đi thì Thầy khỏi ăn, khỏi tội". Và rứa là mấy đứa cứ mở hộp ra ăn. Còn dư mấy chục cái thì đem về luôn, không cho Thầy ăn. Còn Thầy thì hồi ở Princeton, có lần đi lớp học thì mở cửa sổ rộng ra và đi xuống lầu. Trong khi Thầy vắng mặt thì có một con sóc nhảy từ cây phong đi vào trong phòng Thầy và tự động mở hộp bánh bích quy của Thầy và ăn gần hết. Thầy về tới thì không còn bao nhiêu bánh trong hộp nữa. Chắc nó cũng sợ Thầy ăn bánh bích quy tội nên đã ăn giúp Thầy.

Ban đầu thì giáo lý Bất tịnh để trừ khử quan niệm về Tịnh. Nhưng mình cứ cho Bất tịnh là một chân lý tuyệt đối mà không biết rằng đó chỉ là một phương pháp khử độc. Còn "Thọ là khổ" có nghĩa là cái cảm thọ hạnh phúc mà anh đang có không thực sự là hạnh phúc đâu, mà chỉ là đau khổ thôi. Những cái mà anh đang cảm nhận đó nó có thể có cái bề ngoài là vui, kỳ thực tất cả Thọ đều là khổ. Thọ là khổ đã trở thành một giáo điều rất nặng. Trong khi đó, trong Tâm Lý Học Phật Giáo nói Thọ có ít nhất là ba loại: Khổ thọ, Lạc thọ và Xả thọ. Tại sao mình lại nhồi sọ mình như thế? Với lại mình không biết rõ rằng cái khổ và cái vui đều có liên hệ với nhau. Nếu không có cái này thì không có cái kia. Ví dụ như mình không biết lạnh là gì thì đến khi mình được mặc vào một cái áo len rất ấm thì mình đâu có thấy hạnh phúc? Vì vậy không có cái khổ thì không có cái vui, không có khổ đau thì không có hạnh phúc, hai cái tương tức với nhau. Điều này rất rõ trong Phật giáo đại thừa sau này. Phật giáo đại thừa khám phá ra được những viên ngọc bị chôn vùi trong Phật giáo nguyên thủy, mà Phật giáo tiểu thừa không thấy được.

Cho nên cái học trong chùa lâu nay có tính cách nhồi sọ rất nhiều. Đạo Bụt là một truyền thống rất cởi mở, nói rằng trong khi học hỏi mình phải dùng trí tuệ của mình để phán xét chứ đừng học như một con vẹt, đừng bị kẹt vào những giáo điều, dầu là những giáo điều Bất tịnh, Khổ, Vô thường và Vô ngã.

Ngày xưa là một vị giáo thọ trẻ, nhờ có óc phán xét, phê phán cho nên Thầy thấy có những điều bất ổn ngay trong các kinh văn, chứ đừng nói gì đến trong các bộ Luận. Tính cách giáo điều, nhồi sọ khá nặng. Nhưng mình là người có lòng rất là hiếu kính đối với các thế hệ tổ tiên, đối với chư tổ, cho nên mình không dám nói. Nhưng trong lịch sử, thỉnh thoảng có những vị Thiền sư dám nói, như Thiền sư Lâm Tế chẳng hạn. Ngài nói: "Tụi bây là đồ ngu, tụi bây muốn ra khỏi Tam giới hả? Ra khỏi Tam giới thì tụi bây đi đâu?" Không có nghĩa là không có những người thông minh, không có những nhà cách mạng trên phương diện tư tưởng.

Cũng vì thái độ hiếu kính đó cho nên tuy Thầy thấy những điểm sai lầm trong Kinh và trong Luận nhưng Thầy tìm cách cắt nghĩa khác hơn để tìm cách cứu chữa cho các vị mà không dám động tới, không dám nói rằng các vị sai. Nhưng trong thập niên gần đây thì Thầy thấy rằng Thầy không còn sợ nữa. Mình cũng đã lớn tuổi rồi. Mình phải nói ra những cái mà mình thấy. Cho nên trong năm, sáu mùa an cư kiết đông vừa qua, Thầy đã thắng thắn nói ra những điều Thầy thấy là sai lầm, ngay trong các kinh văn căn bản như là Tâm Kinh Bát Nhã. Nhất là sau khi mình khám phá ra được những câu kinh quý như vàng, quý như ngọc ở trong kho tàng Phật Giáo nguyên thủy. Ví dụ trong Như Thị Ngữ (Itivuttaka) hay Vô Vấn Tự Thuyết (Udàna) và ngay chính trong Pháp cú Hán tạng có những câu như sau:

"Này các vị Tỳ Kheo, trên đời có cái có sanh, có diệt nhưng mà cũng có cái không sanh, không diệt. Trên đời có cái có và có cái không nhưng mà cũng có cái không có cũng không không có. Trên đời có những cái tạo tác và được tạo tác, nhưng mà cũng có cái không tạo tác và những cái không cần được tạo tác. Trên đời có những cái gọi là hữu vi và vô vi nhưng mà vẫn có cái không hữu vi cũng không vô vi".

Những câu kinh như thế rất quý. Ngoài ra còn có những câu kinh khác như câu trong kinh Ca Chiên Diên (Katyàyana), Bụt nói rất rõ: "Phần lớn người đời thường bị kẹt vào ý niệm có hoặc là ý niệm không". Những câu kinh tuy rất ngắn nhưng chính nhờ những câu kinh căn bản đó mà mình có thể chữa lại những sai lầm trong toàn bộ kinh điển.

Mình có phải là tri kỷ của Bụt không? hay chỉ là một người đi theo Bụt một cách mù quáng, nói cái gì thì nghe cái đó? Muốn là người tri kỷ của Bụt thì phải có óc phán đoán, không phải là ai nói cái gì là mình nghe cái đó, dầu đó là lời của một vị tổ sư. Cho nên những cuốn sách như Tri Kỷ Của Bụt không hẳn là một cuốn giáo khoa Phật học. Có thể gọi là giáo khoa Phật học, nhưng đó là giáo khoa cao cấp. Tại vì đây không phải một cuốn sách có công dụng giải thích, cắt nghĩa, làm rõ ý, mà còn có tinh thần phê phán, chỉ ra những chỗ nào đúng, chỗ nào sai, chỗ nào liễu nghĩa và chỗ nào không liễu nghĩa. Vì vậy các con phải biết sử dụng như thế nào để có thể làm sống dậy tinh thần phê phán sáng suốt của đạo Bụt.

Ở trong kinh Kalàma có một lần nhóm người trẻ tới hỏi Bụt: Vị đạo sư nào đi ngang qua đây đều nói rằng giáo lý của họ là hay nhất, đúng nhất. Chúng con biết tin vào ai? Bụt dạy: các em đừng có vội tin một điều gì, dầu điều đó đã được chép trong kinh, hoặc do một vị đạo sư rất nổi tiếng nói ra. Những điều mình nghe, mình phải dùng Văn, Tư, Tu để mà xét lại cho kỹ, phải đem ra áp dụng. Nếu áp dụng mà thấy giải tỏa được những khó khăn, đau khổ, thấy rõ ràng đó là sự thật thì khi đó mình mới tin, chứ đừng vội tin vào bất cứ một cái gì mình mới nghe.

Rõ ràng là những kinh như vậy đã chứng tỏ đạo Bụt là một truyền thống rất cởi mở, rất thông minh, rất có tính phê phán. Nếu mình biến đạo Bụt trở thành một tôn giáo đầy giáo điều như các tôn giáo khác thì điều này rất là tội cho Bụt. Mình đã đánh mất phần tinh túy của Bụt và mình không còn là tri kỷ của Bụt nữa.

Thầy

Nhất Hạnh

Lạy đức Bồ tát Thường Bất Khinh, chúng con xin học theo hạnh của Bồ Tát, luôn nhìn sâu với con mắt không kỳ thị để thấy được những đức tánh tốt đẹp nơi người khác. Mỗi khi gặp ai Ngài cũng luôn xá chào cung kính và khen ngợi rằng: "Tôi rất kính quý Ngài, Ngài là một vị Bụt tương lai." Chúng con xin nguyện nhìn sâu vào tự thân để nhận diện những điều tích cực nơi chúng con, để tự chấp nhận và thương yêu được chính mình. Chúng con nguyện chỉ tưới tẩm những hạt giống tốt nơi chúng con và nơi những người xung quanh, để những tư tưởng, lời nói và hành động của chúng con sẽ có khả năng gây thêm niềm tự tin và chấp nhận nơi chính chúng con, nơi con cháu chúng con và nơi tất cả mọi người. Chúng con xin tập nhìn sâu với con mắt không kỳ thị để thấy niềm vui và sự thành công của người là niềm vui và sự thành công của chính mình. Chúng con nguyện tập hành xử và nói năng với đức khiêm cung và niềm cung kính, nguyện học hạnh ái ngữ để giúp những ai có tự ti mặc cảm thấy được rằng họ cũng là những mầu nhiệm của vũ trụ. Chúng con biết chỉ có khi nào chúng con vượt thoát được biên giới ngã chấp thì chúng con mới phá bỏ được mặc cảm hơn người, thua người và bằng người và đạt đến tự do và hạnh phúc chân thật. - **Quán nguyện về Bồ Tát Thường Bất Khinh -** (Hình: Làng Mai)

Lời Bụt Cất Lên Từ Vùng Đất Đau Thương

Morgan Gibson Tịnh Thủy
dịch bài viết của nhà phê bình văn học Morgan Gibson đăng trên tờ Kyoto Journal số 28, 1995 và Poetry Flash ở Hoa Kỳ số 263, tháng 9/1995

Thầy Nhất Hạnh là một thiền sư đã thực sự đưa được đạo Bụt vào cuộc đời, đã phát động mạnh mẽ phong trào cải cách văn hóa và xã hội theo tinh thần đạo Bụt, và phong trào này đã lan rộng trong nhiều nước khắp thế giới.

Thầy là một nhà thơ lớn, thơ của Thầy thâm sâu, uyên áo, nói lên được những gì mà ngôn ngữ không thể diễn tả hết được. Thầy đã hướng dẫn phong trào đấu tranh cho hòa bình trong cuộc chiến Việt Nam, hết sức bênh vực người đồng bào đang bị kẹt giữa hai lằn bom đạn, vì vậy cho nên Thầy càng được đồng bào Thầy thương kính bao nhiêu thì tánh mạng của Thầy lại càng bị đe dọa bởi hai phe lâm chiến bấy nhiêu. Nhưng sức mạnh của đại bi tâm không thể lay chuyển đã giúp Thầy vượt thắng mọi khó khăn để tiếp tục tạo dựng niềm tin trong hàng triệu trái tim người. Tất cả những ai đã dũng cảm chống đối cuộc chiến tương tàn giữa anh em một nhà đều được Thầy hết lòng ủng hộ và nâng đỡ. Thầy đã hướng dẫn phái đoàn Phật giáo có mặt bên Hội Nghị Paris, đã sáng lập dòng tu Tiếp Hiện, đã mở trường đại học Vạn Hạnh và xây dựng trường Thanh Niên Phụng Sự Xã Hội. Nhiều tác viên và giáo viên của trường trong khi hoạt động trong môi trường chiến tranh đã bị thảm sát một cách oan ức. Thầy đã được mục sư Martin Luther King đề cử giải Nobel Hòa Bình. Thầy cũng đã tổ chức nhiều chuyến cứu trợ thuyền nhân tị nạn Việt Nam ngoài biển và cứu trợ trẻ em nạn nhân của nghèo đói và chiến tranh. Thầy hiện sống tại Làng Mai, một vùng quê ở Pháp, và hàng năm đi thuyết giảng khắp thế giới để xiển dương đạo Bụt nhập thế. Tổ chức Buddhist Peace Fellowship ở Hoa Kỳ mà thi sĩ Gary Snyder đã hợp tác thành lập hiện nay là một trong những tổ chức dẫn đầu đi theo đường lối của Thầy.

Tất cả những thành quả lớn lao này có được là nhờ năng lượng từ bi dồi dào của Thầy. Cũng như các Phật tử khác, Thầy luôn đề cao đức từ bi, nhưng Thầy lại đi xa hơn bằng cách đem sức mạnh của từ bi vào việc chuyển đổi những bất công xã hội để mọi loài đều có cơ hội thực sự hạnh phúc. Ở Nhật hiện nay, các nhà sư chỉ làm công việc ứng phó và tang lễ, hoặc làm những hướng dẫn viên du lịch hơn là làm công việc của người thầy hướng dẫn về tâm linh cho quần chúng. Họ không hề quan tâm đến tình trạng xã hội, chính trị và kinh tế chung quanh họ, vì vậy mà người Nhật bây giờ không còn biết gì về sự phát triển của đạo Bụt trong quá khứ và hiện nay trên thế giới. Trong khi đó, Thầy Nhất Hạnh là hiện thân của bồ tát Quán Thế Âm, lắng nghe tiếng kêu cứu của muôn loài và dấn thân trên con đường giúp họ làm vơi bớt niềm đau nỗi khổ. Cho nên ngoài việc giảng dạy Phật pháp, Thầy vẫn dành nhiều thì giờ để chăm sóc những nạn nhân của chiến tranh và áp bức.

Ngay trong thời chiến tranh Việt Nam, tôi đã biết tìm đọc bất cứ cái gì mà Thầy viết ra. Tôi đã cho đăng lại bài thơ Our green garden (Đừng biến mảnh vườn xưa thành mồi ngon lửa dữ) của Thầy trong tập san Arts of Activism của trường đại học Wisconsin; bài thơ này đã được đăng trong tập The Cry of Vietnam do nhà Unicorn Press xuất bản năm 1968. Năm 1976, nhà Unicorn Press lại xuất bản tập thơ Zen Poems của Thầy. Mùa thu vừa qua, nhà Parallax Press lại xuất bản thêm tám cuốn sách của Thầy, ngoài mười hai cuốn đã xuất bản trước đây, chưa kể những băng video thâu những bài pháp thoại của Thầy cũng được phát hành bởi nhà Parallax Press.

Cuốn Interbeing (Giới Tiếp Hiện chú giải) trình bày mười bốn giới luật của dòng tu Tiếp Hiện, một dòng tu được Thầy sáng lập vào năm 1966, giữa lúc chiến trường Việt Nam bắt đầu bước vào giai đoạn khốc liệt với sự tham chiến của người Mỹ. Mười bốn giới thể hiện một quyết tâm chuyển hóa bản thân, thích ứng với hoàn cảnh tâm lý và xã hội, nhắm tới sự tạo dựng sự an vui lâu dài cho chính mình và cho muôn loài. Mười bốn giới là một đường hướng rất thực dụng cho đời sống hàng ngày trong từng giây từng phút, mặc dầu mỗi người tùy khả năng và phương tiện có thể hành trì một cách khác nhau.

Cuốn For the future to be possible (Để có một tương lai) nói về lợi ích của sự hành trì năm giới quý báu trong mọi khía cạnh của đời sống văn minh hiện tại, đã chú giải về kinh Người Áo

Trắng; trong sách có sự đóng góp kinh nghiệm của một số học giả của nhiều tôn giáo khác nhau. Qua cuốn sách này, ta thấy đường hướng từ bi cứu khổ của Thầy đã ảnh hưởng sâu xa tới những nhà hoạt động xã hội.

Cuốn Love in action (Tình thương biểu hiện trong hành động) nhấn mạnh đến hạnh nguyện của những bồ tát dấn thân vào cuộc đời đau thương để xoa dịu và chữa lành những vết thương chiến tranh. Tình thương theo đạo Bụt phải được thể hiện bằng hành động, không phải chỉ là một lý thuyết suông.

Một người phải hoạt động nhiều như thế, phải chăm lo cho chu toàn nhiều công việc như thế, làm sao Thầy vẫn có thì giờ để làm thơ? Có nhiều độc giả khó tính cho rằng Thầy chỉ làm thơ để giải trí cho vui, nhưng thi sĩ Robert Lowel, một người rất ngưỡng mộ Thầy, đã xem Thầy là một nhà thơ "thứ thiệt" có tâm hồn tao nhã hiếm có và trí tuệ sáng ngời. Thơ của Thầy đã được hàng triệu người Việt Nam yêu chuộng nhưng đồng thời cũng bị hai chính quyền quốc gia và cộng sản lên án nặng nề. Họ lo ngại rằng cái chí khí cao thượng và dũng cảm chứa đựng trong thơ của Thầy có thể làm lung lay và sụp đổ chế độ chính trị bạo tàn của họ. Tập thơ Call me by my true name (Hãy gọi đúng tên tôi) xuất bản bằng tiếng Anh chắc chắn sẽ làm rung động và soi sáng cho phần lớn chúng ta, những người yêu thơ hay không yêu thơ, trên phương diện tâm linh cũng như phương diện nghệ thuật. Tập thơ có hai phần: phần Tích môn và phần Bản môn.

Chủ đề của những bài thơ trong phần Tích môn là từ bi quán và lý duyên sinh của mọi hiện hữu; nắm vững điều này ta mới có thể giữ được cái nhìn tươi mát giữa những khổ đau chất ngất của chiến tranh. Chúng ta tránh được thái độ chạy trốn thực tại khổ đau bằng sự đi tìm hưởng thụ những khoái lạc giả tạo của thời đại mới. Chúng ta cũng tránh được không rơi vào tình trạng hoài nghi thất vọng của thuyết hiện sinh hay hư vô chủ nghĩa. Mọi hiện tượng của đời sống như khổ đau, tàn bạo và bất công đã đưa đến sự tàn hoại con người và vạn vật là những cái ta không thể trốn tránh được trong vòng sinh diệt vô thường, trái lại chính những khổ đau cơ bản ấy có thể đóng góp vào sự sáng tạo tuyệt vời của trái đất. Nhiều bài thơ đã diễn tả thật sâu sắc những hình ảnh đó, như hình ảnh:

hỏa châu sáng trên trời
em bé vỗ tay reo
nhưng tiếng súng đã nổ
tiếng cười tắt theo
và chứng nhân còn đó
(Chứng nhân còn đó)

Một buổi sáng thức dậy, giữa lúc tình hình chiến sự Việt Nam vẫn sôi sục trong biển lửa và máu, nghe tin một trong những người Tiếp Hiện đầu tiên của mình đã dùng lửa để tự thiêu cho hòa bình, nhà thơ tự hỏi:

tại sao vũ trụ đẹp lên vô cùng ?
tại vì tôi sắp chết ?
tại vì tôi mở mắt ?
(Chân Dung)

Hình ảnh của lửa được dùng rất nhiều trong thơ của Thầy, để nói về chiến tranh, có khi để nhắc lại một chút lửa hồng bếp cũ

(Xóm Mới), hay để nói về thi ca (Đuốc thơ còn cháy trên trang sử người) nhưng thường là để ám chỉ rằng, như Bụt đã nói trong Kinh Lửa, mọi sự đang đang bốc cháy, và biến đổi không ngừng trong tiến trình sinh diệt của vạn vật.

Thầy Nhất Hạnh luôn luôn thấy mình và những người khổ đau là một, nhất là khi những người ấy là những nhà tu, những người đang tự thiêu cho hòa bình:

lửa đốt cháy lòng tôi, đau thế gian,
ngã gục người học tăng bé nhỏ
em đốt tuổi xanh thành lửa đỏ
cháy ngất trời cao ngọn đuốc
rực về sông núi âm u
ôi thịt xương em
cho tôi quỳ ngàn năm bên đống tro yêu quý
luyện phép linh thiêng
biến em thành hoa hồng trở lại
những đóa sen búp đầu mùa chưa kịp hái...
(Lửa đốt em tôi)

Thầy cũng thấy mình là kẻ đang bị hy sinh cho hòa bình:
tôi biết chiều nay chính em sẽ bắn tôi
để lại vết thương cho Mẹ ôm ấp ngàn đời nhức nhối...
... ngực tôi đây em bắn đi,
mạch máu của Mẹ truyền cho đây, em cắt đi,
để mà xây dựng nên lâu đài em mơ ước...
(Đừng biến mảnh vườn xưa thành mồi ngọn lửa dữ)

Trong bài thơ Let me give back to our homeland (Xin trả về cho non sông cho nhân loại cho đồng bào) được trình bày dưới hình thức một vở kịch một màn trong cuốn Love in action (Tình thương trong hành động), Thầy cũng xác định lại rằng:

xương các em là xương tôi

thịt các em là thịt tôi

xương tôi tan

thịt tôi nát...

khi Thầy hay tin bốn tác viên Phụng Sự Xã Hội vừa bị kẻ lạ mặt bắn ngã gục bên bờ sông.

Còn da các em đây xin gửi trả về cho đồng bào

các em chưa bao giờ chấp nhận

cảnh nồi da xáo thịt

xin hãy dùng những mảnh da của các em đây mà vá lại

những đường rách, những vết cắt rướm máu trên thân hình dân tộc thương đau

(Xin trả về cho non sông cho nhân loại cho đồng bào)

Giữa bao nhiêu đau thương nhức nhối do chiến tranh đưa tới, Thầy vẫn không quên nhìn ngắm những nét đẹp của quê hương:

Sáng nay tôi nghe xôn xao trong nắng mai vũ trụ

đang được những con ong vàng siêng năng bắt đầu khởi công tạo dựng

công trình xây dựng ngàn đời

nhưng công trình, em xem, đã được ngàn đời hoàn tất

(Bướm bay vườn cải hoa vàng)

Rõ ràng Phật pháp là thế gian pháp, hai cái không thể nào

tách rời nhau. Một là tất cả, tất cả là một, cái nhìn Bát Nhã đã soi sáng suốt cả tập thơ, vì vậy mà tập thơ được mang tên Call me by my true name, hãy gọi đúng tên tôi; tôi có nhiều tên lắm, gọi đúng tên tôi thì đại bi tâm sẽ được khơi mở:

    hãy ngắm tôi thoát hình trong từng phút từng giây
    làm đọt lá trên cành xuân
    làm con chim non cánh mềm
    chiêm chiếp vui mừng trong tổ mới
    làm con sâu xanh trên cuống hoa hồng
    làm gân viên ngọc trắng tượng hình trong lòng đá...
    ... tôi là con phù du thoát hình trên mặt nước
    và là con chim sơn ca mùa xuân về trên sông đón
    bắt phù du
    tôi là con ếch bơi trong hồ thu
    và cũng là con rắn nước trườn đi tìm cách nuôi thân
    bằng ếch nhái
    tôi là em bé nghèo Ouganda, bao nhiêu xương sườn
    đều lộ ra,
    hai bàn chân bằng hai ống sậy
    tôi cũng là người chế tạo bom đạn
     để cung cấp kịp thời cho các nước Á Phi
    tôi là em bé mười hai bị làm nhục nhảy xuống biển sâu
    tôi cũng là người hải tặc sinh ra với một trái tim chưa biết nhìn
    biết cảm
    tôi là người đảng viên cao cấp, cầm quyền sinh sát trong tay
    và cũng là kẻ bị coi là có nợ máu nhân dân đang chết dần mòn
    trong trại tập trung cải tạo...
    ... hãy gọi đúng tên tôi cho tôi giật mình tỉnh thức

(Hãy gọi đúng tên tôi)

Đây là một đề tài lớn đã từng được nhiều nhà thơ nổi tiếng đề cập tới, như trong tập thơ Brahma của Emerson hay trong tập thơ Leaves of Grass và Songs of myself của Walt Whitman (tôi là một cụ già, tôi cũng là một thanh niên cường tráng, tôi là một nhà minh triết, tôi cũng là một tên khùng). Thật ra hai nhà thơ này đều bị ảnh hưởng của tác phẩm Bhagavad Gita của Ấn Độ.

Tập thơ của Thầy đã diễn tả thật sâu sắc tinh thần bất nhị của đạo Bụt, ta không thể nào tách rời lý tưởng từ bi cứu khổ của đạo Bụt ra khỏi những đấu tranh gian khổ hàng ngày của dân tộc Việt Nam. Cho nên dù tập thơ được chia làm hai phần, Tích môn và Bản môn, nhưng ngay trang đầu tập thơ đã có lời giới thiệu như sau: Nếu bạn tiếp xúc sâu sắc thế giới Tích môn là bạn đã ở trong Bản môn, cũng như khi bạn an trú ở Bản môn tức là bạn chưa hề tách khỏi Tích môn. Bụt vẫn dạy rằng sinh tử không khác với niết bàn: sắc chính là không, không chính là sắc.

Thơ trong phần Bản môn nhấn mạnh đến trí tuệ Bát nhã, đến sự bừng sáng của tâm thức:

Xôn xao trời dậy hoàng hôn mới
mắt biếc chim chuyền lá thủy tinh
thức giấc lãng quên
hồn rực sáng
hồ tâm lặng chiếu nguyệt thanh bình
(Tâm Nguyệt)

Sự bừng sáng của tâm thức không bao giờ do một yếu tố tạo

nên mà là kết quả của nhiều điều kiện hợp lại gọi là tương tức, một giáo lý căn bản của kinh Hoa Nghiêm:

trước khi tôi đi vào dòng suối

dòng suối đã có sẵn tôi

chúng ta không lúc nào không tương tức

(Phổ nhập)

Không có cái ta nào riêng biệt mà chỉ là một dòng biến hóa không ngừng:

mây là bay

hoa là nở

(Tiếng gầm sư tử lớn)

Mọi hành động đều có liên hệ chặt chẽ với nhau:

Anh là tôi

và tôi là anh

anh không thấy sao

rằng chúng ta tương tức

anh nuôi dưỡng đóa hoa trong tim anh

để cho tôi xinh đẹp

tôi chuyển hóa rác phiền não trong tôi

để cho anh không phải nhọc nhằn

(Tương tức)

Lập trường bát nhã này là tiếng chuông cảnh tỉnh đối với chủ nghĩa vị kỷ của phái Gestalt do Fritz Perls đề xướng. W. H. Auden đã viết: chúng ta phải thương yêu nhau không thì chúng ta sẽ chết. Đây là tiếng nói của người công giáo chân chính, tương tự như lời kêu gọi của Thầy Nhất Hạnh khi Thầy khuyên chúng ta nên tháo gỡ những trái bom trong tâm ta, để người này đừng làm cho người kia nổ tung. Đọc thơ của Thầy, ta có thể tháo gỡ được những trái bom trong tâm vì thơ của Thầy chứa đựng nhiều tuệ giác và tràn đầy tình thương chân thật, thỉnh thoảng có bài có lối hài hước đầy thiền vị như bài Phi cóc tính.

Một số bài thơ khác như bài Quy nguyện, Quay về nương tựa hải đảo tự thân, Thiền hành, Hơi thở ý thức… là những bài thiền tập có công năng trị liệu rất lớn. Ta có thể lấy bài thơ Padmani phác họa chân dung bồ tát Padmani mà Thầy được thấy trên vách trong động Ajanta ở Ấn Độ để mô tả chân dung của Thầy: bồ tát cầm đóa sen, dáng nghiêng trời nghệ thuật.

Bài thơ Thông điệp xác định lập trường vững chãi của những người không chịu khuất phục trước bạo lực:

tôi đi giữa rừng chông gai, như đi giữa vườn kỳ hoa dị thảo
đầu cắt cao, nụ cười ngày xưa còn đó
những vần thơ đã nở trong tiếng gào súng đạn.

Nhiều thiền sư cũng làm thơ viết văn nhưng ít thấy ai diễn đạt được tình thương một cách tha thiết và sâu đậm như Thầy Nhất Hạnh. Lời văn và ý thơ của Thầy rõ ràng, sáng sủa, chân thật, không gai góc, hay hiểm hóc đến độ gây khủng hoảng cho tâm linh như nhiều người ưa đòi hỏi. Chỉ có những đầu óc cầu kỳ ưa thích những gì tối tăm rắc rối mới không chấp nhận được những tư tưởng thanh cao và tấm lòng quảng đại của Thầy. Nhưng không sao, Thầy vẫn thường xác nhận rằng có nhiều con đường đưa tới tự do, giải thoát; mỗi người tùy theo nghiệp lực của mình sẽ chọn con đường thích hợp.

Làm sao những người như Pound, Rexroth hay Waley có thể diễn dịch được thơ văn của Thầy? Không nắm vững tiếng Việt, tôi không xác định được mức độ trung thực của những bản dịch này so với vẻ đẹp của nguyên tác. Có lẽ chỉ có một vị bồ tát mới có thể hiểu và diễn dịch một cách trung thực thơ của một vị bồ tát khác. Tập thơ Call me by my true name, Hãy gọi đúng tên tôi, đã diễn tả được rất xuất sắc tinh thần tương tức của đạo Bụt.

(Nhà phê bình văn học Morgan Gibson là tác giả các sách Revolutionary Rexroth: Poet of East-West wisdom, Among Buddhas in Japan và Tantric Poetry of Kukai, Japan"s Buddhist Saint. Sống ở Kyoto, ông am hiểu tận tường văn hóa và ngôn ngữ Nhật Bản)

*Thiền sư Thích Nhất Hạnh và Đức Đạt Lai Lạt Ma
nói về Phật Giáo (Hình: Làng Mai)*

Trong Bức Thư Pháp Hiện Rõ Bóng Thầy

Thích Từ Lực

Cứ mỗi lần nhìn bức thư pháp nơi chánh điện chùa Phổ Từ, tôi lại nhớ đến Sư Ông. Không những qua hàng chữ mường tượng ra bóng dáng người mà trong nét bút màu mực lưu lại như còn văng vẳng lời nhắc nhở tràn đầy ưu ái của Sư Ông đối với tôi và mọi người.

Hàng chữ thư pháp trên liên quan đến một chặng đường tu học của tôi, vốn là một câu thơ của Sư Ông mà từ lâu tôi sử dụng như một quán ngữ cho sự thực tập của mình: *hồ tâm lặng chiếu nguyệt thanh bình*. Thuở ấy, tự biết tâm mình còn dễ dao động nên từ khi đọc sách Sư Ông vào khoảng năm 76, 77, tôi đã thực tập cố gắng nhìn lại tâm mình cho bớt xôn xao, "nổi sóng" nhất là khi bắt đầu tập hạnh xuất gia. Câu thơ trên khi chưa được treo lên vách đã ở bên cạnh tôi như một tâm niệm khó quên, một nhắc nhở không thôi.

Nhưng việc được gặp gỡ người đã chỉ ra một quán ngữ cho cuộc đời tu học của mình thì phải nhiều năm sau cơ duyên mới đến. Khoảng năm 1986, Sư Ông qua Bắc Mỹ giảng thiền khi làn sóng người tỵ nạn Việt Nam đến định cư ngày một đông.

Sau khóa tu ở một trại hè gần San Diego, tôi quen biết anh Mộc, một họa sĩ và nhờ anh phỏng theo kiểu chữ Sư Ông, cắt giấy dán câu thơ làm thành một tiêu ngữ rất dễ nhìn, ai thấy cũng không rời mắt. Cho đến một hôm, trong một khóa tu ở tu viện Lộc Uyển, thì cơ duyên mới đến! Sau khóa tu, Sư Ông ngỏ ý cho các Huynh Đệ về thăm nhà, hay quý Thầy, Sư Cô nào đã làm Trụ trì mà dám "bỏ chùa đi tu học", thì dành cho mỗi người một món quà. Hôm đó, tôi thấy mình *qualified* nên theo chúng đi xuống cốc của Sư Ông. Có thực tập chút chút, nên tôi cũng biết nhường nhịn các huynh đệ, để cho mọi người chọn quà trước. Ai ngờ, đến phiên mình thì quà... sạch trơn! Thật tình, tôi cũng chưa biết nghĩ sao, đúng là "tiến thoái lưỡng nan", chẳng lẽ "đòi" thì không nên mà bỏ đi thì hóa ra "cô phụ" lòng thương của Sư Ông. Ngay lúc đó, Sư Ông từ trong phòng ngủ bước ra, thấy tôi đứng đó (không biết thị giả có báo cáo hay không) thì Sư Ông nói ngay: *Thầy muốn chữ gì, tôi viết cho thầy.* Đợi thị giả trải giấy, bày xong bút mực, tôi mới ghé ngồi cạnh, miệng thưa với Sư Ông: Bạch Sư Ông, cho con xin câu: **"hồ tâm lặng chiếu nguyệt thanh bình"** rồi ngồi yên.

Ngồi bên Sư Ông, một bậc Thầy tôn kính của mình, tôi bỗng thấy mình, vốn đã vóc dáng khiêm nhường, nay lại như nhỏ bé thêm! Trong lòng còn chút ngại ngùng chứ không sợ sệt, tôi bình tâm theo dõi hơi thở, giữ chánh niệm, rồi "enjoy" giây phút hiện tại. Sư Ông điềm tĩnh khác thường, nhẹ nhàng vuốt tờ giấy, khoan thai cầm bút và như thế trút hết thái độ an nhiên tự tại kia xuống mặt giấy. Sư Ông viết thư pháp kể đã hàng trăm lần, thậm chí cả ngàn bức rồi mà dường như cung cách khi đặt bút vẫn chỉ là một, không thay đổi. Đến lúc Sư Ông ấn dấu triện son thay cho chữ ký của tác giả lên bức thư pháp, tôi không còn giữ được bình tâm mà cảm thấy lòng mình rộng mở đón nhận cảm xúc mạnh mẽ, thiết tha từ một lời răn hiển hiện lên thành chữ từ tay một bậc Thầy. Lời dạy được thể hiện trong từ tốn, chân thành, thiết tha như kèm theo ánh mắt bao dung, từ ái. Ôi! chữ nghĩa bình thường không diễn tả nổi, bạn ơi! Khi ấy, tôi chỉ biết mim cười, thọ nhận ân đức của Thầy vừa ban cho mình một món quà vô giá.

Tôi đem bức thư pháp về chùa, làm khung, trân trọng treo lên tường chánh điện. Bên kia, là tấm hình ôn Hội chủ chụp chung với Thầy tôi, sư ông Kim Sơn, và đại chúng ở tịnh thất Phật giáo San Jose thuở nào. Một tấm hình, một bức thư pháp đã ở bên tôi, an ủy, trợ lực tôi trong cuộc đời người tu hành.

Không chỉ nhận được lời dạy như thêm đậm nét trong bức thư pháp, tôi còn sớm lãnh hội nơi Sư Ông những ý tứ thâm sâu được thể hiện bằng một văn tài hiếm có. Từ nhiều thập niên trước, tôi đã cảm mến cuộc sống và tâm tình người xuất gia thiếu niên và nghĩ rằng tác phẩm "Tình người" của Sư Ông đã góp phần không ít vào việc hun đúc, tô bồi hạnh nguyện thí phát của chính mình. Bộ "Đường Xưa Mây Trắng" Sư Ông viết, Lá Bối in lần đầu gồm 3 tập, tôi say sưa đọc một mạch mới buông sách! Thơ của Sư Ông, gồm nhiều thể loại, có bài được phổ nhạc, vẫn còn lưu lại trong ký ức nhiều người chúng ta như bằng chứng của một tấm lòng luôn ưu tư, xót xa về nỗi đau chung mà mọi người phải cam nhận. Người ta còn nói nhiều đến những thành tựu đáng kể về nhiều mặt mà Sư Ông đạt được không chỉ trong lãnh vực văn chương, văn hóa. Riêng với người hậu sinh như tôi, tôi chú ý nhiều hơn đến sự nghiệp giáo dục, truyền bá về mặt tâm linh, vận dụng Phật pháp trong đời sống mà tôi được may mắn theo đuổi việc học hỏi, thực tập, hành trì một cách gần gũi với Sư Ông trong thời gian lâu dài. Tôi đi theo làm phụ tá cho Sư Ông khoảng 10 năm trong các khóa tu học, nhiều nhất là ở tu viện Kim Sơn. Ngoài ân đức của một nghiệp sư khi tôi thọ Sa di thập giới ở chùa Việt Nam, Los Angeles, năm 1983, Sư Ông còn dành cho tình thương mến khi tôi bắt đầu thành lập đạo tràng tu học ở Hayward. Sư Ông cho một "bì thư" làm quà khai trương! Sau đó, vào năm 1994, sau khi tôi trình lên Sư Ông bài kệ kiến giải của mình:

Một chút nắng nhạt
Rơi trên y vàng
Nguyện khắp nhân gian
Bình an, chánh niệm.

Sư Ông truyền đăng, ban kệ truyền thừa cho tôi, mà qua đó, lời dạy của Sư Ông thật rõ ràng, thực tế:

Từ vân dương hiện thoại
Lục đại bản do căn
Đối cảnh tâm bất động
Chân giác bất ly trần.

Lời dạy đó đã giúp tôi bao nhiêu lần giữ cho được "tâm bất động" trước nhiều tình huống khác nhau. Tôi rất biết ơn Sư Ông với những lời giáo dưỡng, khuyên bảo ân cần giữa đại chúng cũng như khi ăn sáng riêng với Sư Ông ở cốc *ngồi yên* tại làng Mai.

Nhưng đặc biệt hơn cả là lời dạy bảo của Sư Ông giúp tôi qua khỏi một "đại nạn" trong cuộc đời tu hành của mình.

Nếu như bạn có gia đình thì việc bạn làm những điều cần thiết để gìn giữ gia đình của mình là điều đương nhiên hợp lý. Tôi có chúng xuất gia, tức là gia đình tâm linh, thì tôi cũng cố gắng nuôi dưỡng, bảo vệ cho được an lành, vui vẻ. Nhưng, mấy khi học được chữ ngờ vì có những sự việc xảy ra ngoài tầm dự tính, hiểu biết. Năm đó, tôi phát giác ra có chuyện "bất thường" ở trong chúng tuy không rõ lắm là chuyện gì. Nhưng vì có khóa tu riêng biệt cho người xuất gia, tôi vẫn sắp xếp để tất cả chúng lên Kim Sơn tu học, một mình tôi lo sinh hoạt ở chùa với Phật tử. Sau khóa tu, tôi trở lên đón mọi người về, thì mới biết, trong buổi pháp đàm, một vài thành phần trong chúng đã "bày tỏ" với mọi người về tình hình sinh hoạt trong chúng. Những ý kiến đó có chiều bất lợi và có thể làm thương tổn dẫn đến tan rã một chúng xuất gia như chơi! Nghe tôi trình việc, Sư Ông chỉ nhỏ nhẹ nói: "án binh bất động" và tôi hiểu ý người. Tôi áp dụng đúng lời dạy, nhẹ nhàng lắng nghe, tuyệt đối không nổi nóng, buồn giận. Sau đó, tình hình trở nên sáng sủa khi những thành phần đó bày tỏ sự hối tiếc hành động vụng về. Bây giờ, hơn 15 năm trôi qua, nhìn lại, mới thấy lời dạy của Sư Ông là hợp lý, khôn ngoan và sáng suốt. Nếu mình có phản ứng, thái độ, hành động cứng rắn hay giận dữ thì chắc chắn sự việc đã buồn càng thêm buồn, đã tan rã thì sẽ không có cơ hội hàn gắn, xây dựng trở lại được nữa.

Vừa mới đây thôi, năm 2013, khi gặp Sư Ông ở đại học Stanford, Sư Ông cũng ân cần dặn dò: phải có chúng xuất gia thì việc tu tập mới tốt được. Có thế cũng vì lý do đó mà khi ở Lộc Uyển, Sư Ông đã dành hơn 15 phút để giải thích cặn kẽ điều tôi thỉnh thị: *Bạch Sư Ông, làm thế nào để xây dựng, nuôi dưỡng chúng xuất gia ở Mỹ?* Trong câu trả lời, dù Sư Ông cũng dựa vào kinh điển, với ba phần ân đức, đoạn đức và trí đức nhưng cách trình bày của người thể hiện tấm lòng cùng ánh mắt ân cần, khích lệ chân tình của một bậc trưởng thượng luôn quan tâm đến những ưu tư của lớp hậu tấn. Chỉ xin kể thêm một chuyện nữa thôi, chứ còn kỷ niệm với Sư Ông dài lắm, nhiều lắm. Sư Ông thích tôi ngâm thơ. Tôi cũng biết ý, cho nên, lúc nào tôi cũng sẵn sàng. Hôm đó, có giới đàn ở Làng, sau khi dùng cơm chung xong, đến phần sinh hoạt, Sư Ông nói: *yêu cầu thầy Từ Lực đọc cho nghe vài bài thơ.* Tôi bắt đầu bằng vài bài ngắn, xong chuyển qua truyện Kiều. Bỗng dưng trong lòng nghĩ đến hình ảnh một khía cạnh nào đó của con người Từ Hải, rồi liên tưởng đến cuộc đời hành thế của Sư Ông, gần như đơn độc xướng xuất, nhẫn nại từng bước, qua bao nhiêu năm vẫn trung thành với đường hướng đạo Phật nhập thế, chăm sóc việc đào tạo thế hệ kế thừa. Chợt nghĩ thế, tôi thưa với Sư Ông: Bạch Sư Ông, con thích mấy câu thơ "trơ như đá, vững như đồng. Ai lay chẳng chuyển ai rung chẳng dời." Sư Ông trả lời ngay, *do it again,* trên môi vẫn là nụ cười bao dung, hoan hỷ. Tôi vững dạ, ngâm hai câu thơ mà theo tôi, ký thác được ý chí bền chặt và tâm nguyện vững vàng, không chuyển của người. Sư Ông rất vui và tôi cũng rất vui, còn gì bằng!

Sớm nay, tịnh tâm xong, ngồi nhìn bức thư pháp trên tường, tôi thấy Sư Ông như bước ra từ nét chữ, nhẹ nhàng, ung dung, khoan thai từng bước dưới ánh trăng thanh. Nét mặt người an lạc biết bao, và tôi cũng thấy lòng bình an không kém.

Thích Từ-Lực
Chùa Phổ-Từ, Hayward

Thư Pháp của Sư Ông Nhất Hạnh (Hình: Làng Mai)

My Teacher Appears In The Calligraphy

Translated by **Chau & Jim Yoder**

Every time I look at the calligraphy in the main meditation hall at the Compassion Meditation Center, I remember my respected teacher. The calligraphy not only portrays his image, but its black ink also reminds me and everyone his loving teaching.

The calligraphy depicts my practice. It is a poem written by my respected teacher. I have been using it as a koan for my practice: "The lake of the mind quietly reflects the calm moon."

I always knew my mind was easy to be disturbed, therefore since I started reading his books in 1976, 1977, I did my best to practice looking deeply into my mind to reduce anxiety, "strong waves" of the mind; especially since I started my monastic life.

Even before that poem was hung on the wall, it was already right next to me often. It is my constant reminder. I cannot forget it.

However, the right condition for me to meet my teacher arrived much later. In 1986 Thay came to California to teach meditation to Vietnamese refugees. After a retreat in San Diego, I met a poet who wrote for me this poem, imitating Thay"s calligraphy. His name is Moc. I put that on the wall and everybody loved it.

One day at Deer Park Monastery, the right condition arrived; after the retreat, Thay gave each of the abbots and abbesses who attended the retreat a gift.

I felt qualified and followed a group of monastics to Thay"s hut. I did know how to practice mindfulness a little bit, so I let others go first. But when it was my turn, there was no more gifts left! I was hesitating... didn"t know what to do. I felt caught, catch 22: if I ask for a gift then it is not good; and if I just left then I felt I was showing disrespect to Thay"s good heart. Right at that moment Thay came out from his room. He saw me standing around (I don"t know if his assistant reported anything to him or not) He said right away: "What do you want me to write for you?"

I waited for his assistant to put out the ink and paper, I then sat next to Thay and said: "Dear beloved Thay, please give me the sentence: "The lake of mind quietly reflects the peaceful moon." Then I sat quietly waiting.

Sitting next to Thay, my respected teacher, I suddenly felt, even with my humble features, I am now even smaller! I felt a little uncomfortable but not afraid. I sat calmly following my breathings, remained my mindfulness and enjoyed the present moment. Thay was extremely peaceful, gently touched the paper, leisurely picked up the pen and delivered the poem on the paper with total peace.

Thay wrote thousands of calligraphies, however his manner in writing each is just one. When Thay finished and put his seal instead of his signature on the calligraphy, I was so excited to receive this great gift, a wonderful teaching on paper written by my respected Thay. Thay"s teaching was humble and sincere with his loving and generous eyes.

Wow! I cannot explain this in writing dear friends. I then just smiled and received this invaluable gift from Thay with deep gratitude.

I then framed the calligraphy and respectfully hung it at the main meditation hall. Across it is the picture of the highest venerable with my teacher, the abbot of Kim Son Monastery and Dharma friends at the Buddhist center in San Jose.

One picture, one calligraphy, both are next to me, console me, support me in my monastic life.

I did not only receive Thay"s teaching from his calligraphy, I also received from Thay his deep thoughts. He is indeed a rare talented teacher.

For many years I admired the young monastic"s life. I believe the book "My Master"s Robe" of Thay has contributed much to my deep vow of monastic life.

The first set of "Old Path White Cloud" in Vietnamese that La Boi published the first time included three books. I fondly read them in one swoop!

There are many varieties of his poems. Some were written into songs. They projected the common suffering of all of us.

There are many other aspects of his accomplishments, beyond literature and culture.

Personally I focus on his Dharma teaching, his spiritual teaching "Applied Buddhism" in daily life. I had the good fortune to be at Thay"s side to learn and practice for a long time from him. I was his attendant for about 10 years, especially at the retreats at Kim Son Monastery.

Thay gave me his blessing when I was ordained as a monk with 10 precepts at the Vietnam Pagoda in Los Angeles in 1983. He gave me love and care when I founded the Buddhist Center in Hayward by giving me an "envelope" to support our Pagoda opening.

In 1994, for my lamp transmission ceremony, I presented to Thay the following Gatha:

"A little light sun
Shines on the yellow robe
Pray for the whole world
Peace and mindfulness"

Thay then gave me the following gatha that was very clear and practical:

"The cloud of loving kindness exists as a real story

Grand strength originates from its roots
Face reality with non-disturbed mind
True wisdom here on earth"

His teaching has helped me many times to have "non-disturbed mind" before many difficult situations.

I deeply appreciate Thay"s teaching and advice, both in front of the community and during private breakfasts at the "quiet sitting hut" in Plum Village.

Thay"s teaching especially helped me to overcome the greatest disaster in my monastic life.

As you take care of your blood family to be happy, I do my best to take care of my spiritual family, my monastic sangha to be peaceful and happy. Who can guess the unforeseen.

One year, I discovered there was some trouble things at our pagoda; even though I didn"t know what it was. However, there was a special retreat for the monastics at Kim Son monastery. I sent my monastic students to the retreat. I stayed at the pagoda by myself to carry out normal activities with lay Buddhist practitioners.

When the retreat ended, I went to Kim Son monastery to pick them up. I heard that at a Dharma discussion, some of my monastics students shared the activities at our pagoda. Some of their ideas could have destroyed our Sangha. When Thay listened to my situation, he just gently said: "stay put without any action". I understood his idea. I applied his teaching, and listened to my students quietly without any anger or sadness. After that the situation became brighter when those monastics shared their regrets and admitted their mistakes.

After over 15 years, now I looked back and saw clearly Thay"s teaching was very reasonable, wise and clear. if I had reacted firmly or with anger, then for sure the sad situation would become sadder, and our sangha would be broken without any hope to rebuild.

Recently in 2013 when I met Thay at Stanford university, he lovingly advised me: "you need to have a strong monastic Sangha in order to practice well." Also at Deer Park he spent more than 15 minutes to explain carefully in response to my question: "Dear Thay, how can we build, nourish the monastics in the United States?"

He explained based on Buddhist sutra, with three parts: virtue of gratitude, virtue of non-attachment and virtue of wisdom. His explanations were filled with love and gentle eyes, full of sincere encouragement and caring for the next generations.

I want to share one more story, though I have many many stories.

Thay liked hearing me reading Vietnamese poems. I knew that so I was always ready. One day at a lamp transmission in Plum Village, after a meal we had activities, Thay said: "I want to invite Thay Tu Luc to read a poem". I started with a few short poems and then continued with Kieu story. Suddenly, I thought about Tu Hai in Kieu story and connected to Thay"s life. It seemed single handedly and with his patience, step-by-step throughout many years of being faithful with Applied Buddhism, he builds and nourishes the next generations. Thinking like that, I told Thay: "Dear Thay, I love the sentences: "untarnished as rocks, solid as copper…" Thay said: "do it again" with a loving and generous smile. I confidently chanted the two sentence poem that I believe it depicts his strong will and solid vow. He was so happy, so was I. Nothing equals that.

This morning after the meditation, I was sitting in the meditation hall, looking at the calligraphy, I felt as if Thay walked out from the calligraphy, step-by-step gently and leisurely under the moonlight. His face was so peaceful. I felt my mind and heart was also very peaceful.

Thich Tu Luc

Thư Pháp của Sư Ông Nhất Hạnh (Hình: Làng Mai)

Nước Mắt Ngày Xưa Nay Đã Thành Mưa

Thế Huyền

"… Nguyên Hưng cho cái này là xấu, cái kia là tốt, cái này là thiện, cái kia là bất thiện, cái này là chân, cái kia là ngụy. Nhưng mà những tiêu chuẩn để đoán định ấy vốn không phải là của Nguyên Hưng. Nguyên Hưng đi mượn thước đo. Những cái thước đi mượn không bao giờ có thể gọi là chân lý cả. Chân lý không thể đi mượn, chân lý chỉ có thể thực chứng. Chân lý là trái của thực nghiệm tâm linh, của khổ đau, của sự xúc tiếp giữa tâm linh và thực tại, thực tại hôm nay cũng như thực tại muôn đời. May mắn lắm, hoặc rủi ro lắm con người mới bắt được nó". (*Nẻo về của ý*, Thích Nhất Hạnh)

Bạn hiền ơi,

Chủ nhật, quán niệm ở xóm Hạ về, tôi đi một mình lên xóm Thượng. Con đường một ngày cuối thu rất đẹp, đầy lá vàng trong những khu rừng rậm. Đi đến xóm Trung thì cơn mưa bắt đầu kéo đến. Xóm Trung nằm giữa xóm Thượng và xóm Hạ, cũng rất đẹp với những vách tường nhà cổ kính và đạm bạc. Tôi không có dù, không có áo mưa, chỉ có cái áo ấm không thấm mưa. Cơn mưa không lớn lắm. Tôi đi giữa mưa và giữa những cơn gió. Trời mưa thì không khí lại không lạnh lắm. Con đường thật vắng, chỉ còn bao nhiêu cây cối. Những cây bạch dương đã rụng hết lá, đứng trơ mình khổ hạnh với gió mưa. Chúng rụng lá để chờ đợi mùa đông sắp đến. Sáng nay trên con đường thiền hành, đi dưới những hàng bạch dương ấy, tự nhiên tôi thấy một nỗi xúc động trải ngập cả tâm hồn. Những hàng cây trơ trụi, lặng yên, ốm khẳng khiu đầy chịu đựng. Những chiếc lá hình trái tim đã rụng, rụng sạch rồi, trải khắp cả mặt đất, và cành cây ốm gầy ấy vươn lên, cứ vươn lên chứ không có cành nào đưa ngang ra cả, trông không có chút cúi đầu an phận. Đi một đoạn, đến khoảng rừng hai bên đường đi, cơn gió kéo tới, những chiếc lá phe phẩy như những bàn tay bé bỏng màu vàng. Tôi dừng lại, ngước nhìn, ghi vào trong mắt, trong lòng cảnh tượng ấy. Những bước chân đi, tôi tri ân Sư Ông, tri ân Tăng thân, tri ân những người đã tạo cho tôi cơ hội để đến được nơi này. Tôi đi bằng những đôi chân trong suốt tháng ngày Sư Ông mới bị vô hiệu hóa chiếu khán không được về quê hương. Đi như vậy, tôi thấy lòng tràn ngập niềm biết ơn. Để có hôm nay cho chúng ta bước những bước tưởng như đơn giản thế này, biết bao người đã phải trải qua những tháng ngày gian khó trong thầm lặng.

Buổi trưa ăn cơm trong chánh niệm thật đông người xuất sĩ, những cư sĩ Việt Nam và phương Tây. Họ thực tập giỏi lắm bạn hiền à. Xóm Hạ đang sửa, không có chỗ trú mưa, vậy mà họ tới thực tập chánh niệm rất đông, đứng uống nước ngoài gió lạnh, đi thiền hành trong mưa, khất thực giữa mưa. Họ nghiêm túc lắm, im lặng được tuyệt đối tôn trọng. Họ dắt những đứa con nhỏ tới, bọn trẻ cũng giỏi lắm, biết dừng lại khi nghe chuông, im lặng, và mặc những bộ áo quần rất đẹp, nhìn là thấy lòng bình an liền. Trong lúc thiền hành trên con đường nhựa, có những chiếc xe hơi chạy tới, thấy đoàn người, họ dừng lại, chạy xe lui, qua hướng khác nhường đường, cử chỉ ấy đẹp quá. Họ đâu phải là Phật tử, mà hành xử rất lịch sự.

Tôi đi về, trong mưa gió, lòng rất nhẹ nhàng, rất thanh thản, rất yên, thưởng thức từng góc rừng, từng bước chân, từng khóm lá, từng cụm hoa bên đường. Tôi nhớ những người bạn ở Huế. Cái nhớ đó khiến tôi mỉm cười, và nghĩ rằng, có các bạn ở đây, chắc là vui lắm.

Hiện tôi đang ngồi ở xóm Thượng để viết cho bạn, cảm giác của buổi chiều cuối thu ấy vẫn ngập đầy trong tôi. Một đạo Phật đang lan tỏa rất xa, đầy tin tưởng, đầy hy vọng. Sư Ông đã rót một sức sống hiểu biết và thương yêu lên sự tuyệt vọng, bạo động, khủng hoảng tâm thức và sinh môi, để đời sống của người thực tập có nhiều bình yên hơn, lắng dịu hơn. Ngồi đây, tôi nhớ lại những kỷ niệm sinh động bên Sư Ông, thật may mắn cho tôi biết chừng nào. Qua xóm Thượng, tôi chưa được trực tiếp gặp Sư Ông, nhưng trong lòng tôi, Sư Ông là một thực tại rất tự nhiên, tôi có thể nhìn thấy Sư Ông rõ ràng như nhìn thấy lá vàng mùa thu, nhìn thấy cội tùng cổ thụ, nhìn thấy những bước chân thiền hành của các thế hệ học trò đang tiếp nối.

Cuối năm 2012 đầu năm 2013 là tháng ngày rất đáng nhớ trong cuộc đời tôi. Tôi thấy rõ mình được tái sinh, được pháp sinh ra rất thật. Sau một thời gian xin qua tu học tại Làng Mai Thái Lan, tôi đã được duyên gặp Sư Ông. Kỷ niệm lần đầu tiên gặp Sư Ông vừa buồn cười vừa thú vị. Hôm đó có buổi pháp thoại công cộng, chúng tôi được lên Bangkok tham dự. Chúng tôi được mời vào một phòng nghỉ rất rộng ở tầng 2. Quanh phòng là những cửa kính. Tôi thích quá, tới bên một cửa kính để được nhìn thấy bao nhiêu đám mây trắng giữa nền trời rất xanh đầy nắng bên ngoài, đang mơ mộng và ngước mắt qua trái, thì, trời ơi, Sư Ông đang ở trong phòng bên cạnh, đang ngồi gần cửa sổ bằng kính, đang nhìn tôi bên này, rồi đưa tay lên vẫy chào với ánh mắt rất thân thiện. Giây phút bất ngờ quá, tôi hơi luýnh quýnh, nhưng cũng giữ chánh niệm và chấp tay cúi đầu chào, rồi êm êm tôi rút lui luôn. Một lúc sau, thị giả đi qua, nhìn tôi cười và nói, thầy Nguyên Tịnh bị Sư Ông bắt quả tang đang mơ mộng, Sư Ông biết thầy rồi đó. Tôi thú thật hơi quê, nhưng trong lòng rất vui, rất ấm.

Vài ngày sau, tôi lại có cơ hội cùng với vài ba anh em lên Bangkok trang trí cho phòng triển lãm thư pháp. Đây là lần đầu tiên ở Thái Lan tổ chức triển lãm những bức thư pháp của Sư Ông. Huynh đệ làm việc với nhau rất vui. Tối đến, chúng tôi ở lại tại một khách sạn. Tôi được tin là Sư Ông cũng đang ở trong phòng bên cạnh. Sáng hôm sau, thị giả thông báo là sẽ được đi bộ chơi trên phố với Sư Ông. Chỉ vài người thôi nên đi rất yên. Tôi gặp Sư Ông trong phong và chấp tay chào, Sư Ông ôm đầu tôi, hỏi vài câu, rồi đi bộ qua các con đường. Bước chân Người thanh thản lạ kỳ giữa sự tấp nập của phố thị. Về phòng, tôi được gọi qua ăn sáng chung với Sư Ông và quý thầy quý sư cô thị giả. Buổi ăn rất ấm áp. Khi biết tôi xuất gia ở Kim Sơn, nơi có thầy Trí Thuyên từng là bạn thân của Sư Ông mà Sư Ông hay nhắc tên trong sách, tôi thấy Sư Ông rất vui. Hỏi thêm một chút chuyện về Huế, tôi có dịp thưa với Sư Ông, Sư Ông dạy, con nên viết những thứ đó thành bài, rất cần cho người tu trẻ. Về tu viện, tôi lại có dịp vào trong phòng Sư Ông chụp hình, được thiền ôm, được ngồi nghe Sư Ông dạy bên chiếc võng rất quê hương. Sư Ông nhìn tôi, nói, Thầy chưa bao giờ mất niềm tin nơi người trẻ. Huế còn nhiều cơ hội, và các con phải tiếp nối Thầy để làm. Tôi cảm động lắm. Những lời dạy ngắn ngủi ấy cứ theo chúng tôi, trở thành tư niệm thực rất vững chãi để chúng tôi làm hành trang trên con đường đang chọn.

Bạn hiền ơi, những ngày mới qua đây, tôi thấy nhớ Kim Sơn, và nhớ núi rừng Phương Bối quá. Bạn hiền đừng cười. Tôi chưa một lần đặt chân đến Phương Bối thì nhớ cái gì, nhớ làm gì? Với tôi, Phương Bối là một thực tại, một nơi tôi đã đặt chân rong chơi đến hàng mấy mươi lần khi đọc cuốn *Nẻo Về Của Ý*. Cuốn sách ấy, tôi đã học hỏi được rất nhiều thứ, văn chương, giáo lý, xã hội, nhận thức và tình huynh đệ. Sư Ông đã viết tác phẩm ấy rất đơn giản, cái đơn giản ấy tạo nên một sức cuốn hút lạ kỳ. Từ từ, mỗi lần đọc, tâm hồn tôi lại có một sự xúc cảm mới. Những Nguyên Hưng, Thanh Tuệ, Châu Toàn, Lý, Diệu Âm,..., và nhân vật "Tôi" có mặt với nhau đầy tình thương quý, tình huynh đệ. Họ đã đi qua với nhau những ngày khốn khó, từ lúc tờ báo *Phật giáo Việt Nam* đóng cửa, cho đến khi tạo dựng Phương Bối, rồi Phương Bối bất an, nguy hiểm, nhân vật "Tôi" lên đường vận động chấm dứt cuộc chiến huynh đệ ở

Việt Nam... Cả chặng đường ấy là những chuyển biến tư tưởng, tâm thức, những hoa trái của sự thực tập được truyền tải rõ nét trên con chữ. Nhân vật "Tôi" ấy chính là Sư Ông Làng Mai. Những câu văn trong ấy chấn động tôi rất nhiều, gây cho tôi bao xúc cảm, tạo cho tôi nhiều động lực trên con đường tu tập. Tôi bắt đầu có nhiều cái thấy khi trầm tư những đoạn văn như sau:

"... Nguyên Hưng, khi bão tố đã gây xong tan nát, khi những lớp vôi hồ rã xuống thì quang cảnh cũ cũng vừa tàn. Trong hoang vắng có một vài tia nắng xuất hiện từ chân trời xa rọi tới. Những tia nắng đó đã không sưởi ấm được cảnh tượng chút nào mà còn làm tăng thêm tính chất cô đơn và hoang tàn của mặt đất. Tôi xuất hiện trầm lặng, mình mang đầy thương tích và rất cô đơn, một thứ cô đơn tuy có sức mạnh nhưng vẫn là cô đơn. Trong hình thế mới, tôi biết Nguyên Hưng không nhìn ra được tôi. Và những người tôi nghĩ là thân yêu cũng không nhìn ra được tôi. Mọi người muốn tôi nguyên vẹn như chú bé ngày xưa. Làm sao mà có thể như thế được? Tôi không thể vừa sống cuộc sống của con người vừa làm một đối tượng bất biến cho sự thương yêu, cho sự ghét bỏ, cho sự nhàm chán, cho sự chiêm ngưỡng. Tôi phải lớn, và vì vậy những chiếc áo mẹ tôi may cho tôi ngày trước đã phải rách ở những đường chỉ. Tôi có thể cất kỹ vào rương kỷ niệm những chiếc áo còn thơm mùi trẻ thơ và phảng phất tình thương của mẹ, nhưng tôi phải có áo khác để mặc cho vừa kích thước. Áo của tôi, tôi muốn tôi được tự may lấy. Tôi không tìm ra được thứ áo mà xã hội may sẵn. Chiếc áo tôi, trước mắt xã hội, sẽ có vẻ dị kỳ, sẽ không được chấp nhận. Tôi biết điều đó. Mà đây không phải chỉ là vấn đề một chiếc áo - đây là vấn đề của cả con người của tôi. Tôi từ chối tất cả những thứ thước đo người ta bắt buộc chúng ta phải dùng. Tôi nghĩ rằng tôi có một thước đo riêng của rôi, do tôi tìm ra. Và như vậy là tôi phải khai chiến với thiên hạ rồi, phải không Nguyên Hưng. Tôi khai chiến với xã hội, tôi khai chiến với tất cả những ai xâm phạm nhận thức độc lập của tôi. Nhưng mà còn Nguyên Hưng, còn những người thân yêu thì sao? Tôi bắt buộc phải khai chiến với em, với tất cả mọi người - bởi vì tôi không thể không là tôi, bởi vì tôi không thể lại chui vào trong cái vỏ cứng mà tôi vừa phá vỡ để thoát ra. Đó là nguyên do của sự cô đơn".

Những dòng chữ ấy bắt đầu quyết định một hướng đi triệt để và mới lạ trong tâm thức Sư Ông. Quả trứng gà đã bắt đầu nở trong những tháng ngày ấy của Người.

"... Tuổi trẻ là tuổi đi tìm chân lý. Ngày xưa tôi viết trong nhật ký rằng, dù sự thực có thiêu hủy anh, anh cũng phải bám víu vào sự thực. Như thế là tôi đã biết rất sớm rằng, tìm thấy sự thực không phải là tìm thấy hạnh phúc. Anh ao ước *trông thấy* nó, nhưng hễ *trông thấy* nó rồi là anh không thể không khổ đau".

"... Xã hội sẽ trả thù Nguyên Hưng một cách đích đáng vì Nguyên Hưng đã dám cãi lại trật tự của nó. Lịch sử nhân loại đã chứng kiến những cuộc trả thù ấy. Bao nhiêu thảm kịch xảy ra, thầm lặng, bi thiết. Lịch sử nói "mi sẽ chết nếu mi cãi lại". Vậy mà bao nhiêu người dám, tuy nhận thức sự yếu đuối của mình, cãi lại bóng tối. Bất cứ ai lỡ trông thấy sự thực, lỡ chia sẻ nhận thức về sự thực ấy với những bậc vĩ nhân thì dù ít dù nhiều phải chịu chung số phận của họ. Chịu chung số phận mà không chịu chung danh vọng".

"... Nhưng mà không lẽ chúng ta không đứng dậy? Không lẽ chúng ta để cho rêu phủ chúng ta như phủ một ngôi tháp cổ? Không lẽ chúng ta bơi theo một bản ngã giả tạo không là ta?".

Những câu văn ấy khiến tình thương Sư Ông trong tôi có mặt từ rất sớm. Và đó mới là kỷ niệm đầu tiên đẹp nhất. Tôi nhớ bao lần đã được nghe Sư Ông kể những ngày đầu ra nước ngoài để vận động hòa bình cho Việt Nam. Tưởng đâu chỉ đi ít tháng thôi, ai ngờ nghe tin chiếu khán mình bị vô hiệu hóa, sẽ không được trở về nơi nhau rốn quê hương nữa. Sư Ông kể, đêm đêm thường nằm mơ thấy mình đi chơi trên những ngọn đồi ở Dương Xuân chùa Từ Hiếu, hay ở Phương Bối. Nhưng cứ leo nửa lưng chừng đồi là thức giấc, vì thế mà chưa có lần nào về đến nơi cả. Và luôn luôn thức dậy trong nỗi nhớ thương suốt mấy tháng trường như vậy. Hôm nay, tôi và Tăng thân được bước chân đi trên những ngọn đồi thật xanh, đầy hoa thơm cỏ dại, đầy tình thương và chánh niệm ở khắp nơi trên thế giới với tất cả sự tự do, bình an, thanh thản, tôi cảm nhận rõ ràng rằng chúng tôi đang đón nhận những phước đức từ Sư Ông để lại. Sự lên đường đầy bão tố chông gai của Người là hoa trái thơm ngọt hôm nay chúng tôi được thừa hưởng. Dù đi qua bao biến cố, Sư Ông vẫn luôn đủ bình yên để hiến tặng cho cuộc đời. Sư Ông làm tất cả những gì có thể để tạo môi trường cho chúng tôi tu tập.

Sư Ông có một giấc mơ bình dị mà đẹp lạ kỳ bạn hiền à, đó là mong học trò mình thực tập và đạt tới tự do, sống chung với nhau hạnh phúc, có thời giờ để đi những bước chân thảnh thơi, ngồi với nhau vẹn tròn nghĩa đệ huynh, nuôi dưỡng nhau bằng sự thực tập mà làm vốn liếng độ đời hiện tại và tương lai, chứ không phải là xây những ngôi chùa thật to mà ngắm nghía như một công trình thành công của đời mình. Làm được điều đó là chúng ta đã gởi đến Sư Ông món quà và lời tri ân chân thành nhất.

Nhìn lại, suốt cuộc đời, Sư Ông luôn rong chơi được trong hơi thở chánh niệm và bước chân ý thức. Những gì Sư Ông chỉ dạy lại, kho tàng dù đồ sộ đến đâu, cũng chỉ để đưa nhân loại an trú trong bước chân chánh niệm và hơi thở ý thức, an trú được trong lãnh thổ bình yên và chuyển hóa những hận thù, bạo động, nghi ngờ, tiêu cực, làm xấu sự sống nhiệm mầu. Chúng ta kiếm tiền để làm gì? Câu trả lời là để có hạnh phúc? Chức vụ để làm gì? – Hạnh phúc. Học để làm gì? – Hạnh phúc. Xây dựng gia đình để làm gì? – Hạnh phúc... Nhưng mấy ai có được sự hạnh phúc thật sự. Và chúng ta tiếp tục rơi vào cuộc khủng hoảng nội tâm. Bước chân và hơi thở, nếu chúng ta thực tập có phẩm chất, thì hạnh phúc không còn là trò trốn tìm viễn vông nữa. Sư Ông đã chỉ cho chúng ta thấy điều đó rất rõ phải không bạn hiền.

Hôm nay, chúng ta bước đi trong cuộc đời này, là đang tiếp nối Sư Ông. Sư Ông thích đi bộ, thích hoa cúc như tổ Huyền Quang, thích thở những hơi thở ý thức, thích thưởng thức mặt trời mọc và lặn mỗi ngày, thắp sáng ý thức trong từng hành động để biến mỗi hành động dù nhỏ nhặt cũng thành một lễ nghi đẹp, chúng ta có thể tiếp nối được những công việc ấy từ bậc Thầy kính mến và để Thầy được biểu hiện dưới rất nhiều hình thức.

Tôi viết vài dòng cho bạn, cũng như lời tri ân tôi gởi đến với cuộc đời này. Tôi thấy mình bắt đầu được sống nhiều hơn trong những hơi thở yên lành. Có phải chăng, đó là điều Sư Ông đã truyền trao cho tôi, như bức thư pháp đầu tiên tôi nhận từ Người: "Nước mắt ngày xưa nay đã thành mưa".

Xóm Thượng, 20. 11. 2014

Lạy Bụt, lạy Tổ, hôm nay chúng con thực tập soi sáng cho các sư anh/sư chị và sư em của chúng con. Chúng con biết tất cả chúng con đều là những thành phần của cùng một tăng thân, tất cả chúng con đều là xương thịt của cùng một tăng thân. Vì vậy chúng con ý thức rằng soi sáng cho bất cứ ai trong tăng thân cũng là tự soi sáng cho chính mình. Chúng con nguyện sẽ đem hết tình thương và sự hiểu biết của chúng con để thực tập công việc soi sáng. Chúng con nguyện tất cả những gì chúng con nói ra đều phát sinh từ thiện ý muốn đi tới một cái thấy chính xác về đối tượng soi sáng và cống hiến cho đương sự những đề nghị thực tập thực tế để có thể đưa tới những chuyển hóa tốt đẹp cho đối tượng soi sáng. Chúng con nguyện cố gắng không để cho sự buồn giận và những thành kiến làm sai lệch cái thấy của chúng con. Chúng con nguyện bất cứ một lời nào của chúng con cũng đều phát xuất từ tình thương. Chúng con biết trong khi soi sáng cho một thành phần của tăng thân, chúng con cũng đang soi sáng cho bản thân chúng con, vì vậy việc thực tập soi sáng cũng đem lợi lạc cho bản thân của mỗi chúng con. Lạy Bụt và Chư Tổ gia hộ zzcho chúng con để buổi thực tập soi sáng này được thành công viên mãn. - **Quán niệm trước buổi soi sáng** - *(Hình: Làng Mai)*

Vô Lượng Cánh Vô Ưu

Thế Huyền

Chàng hiệp sĩ lên đường
Không ngựa, không gươm, không súng đạn
Với đôi tay trần
Và bờ mắt tấm lòng tràn đầy tình thương giống nòi nhân loại
Nửa đêm vẫn nằm nghe mình giỡn đùa rong chơi giữa mênh mông đồng cỏ quê hương
Giữa ngọt ngào quen thuộc
Thức giấc khi lưng chừng đồi mới biết mình mơ mộng vụt qua
Bốn mươi năm quê hương không từ bỏ
Nhưng chẳng thể thân xác trở về
Chàng hiệp sĩ lên đường
Mang quê hương trong từng bước chân
Mang hòa bình tình yêu anh chị em đang nguyện cầu trong từng ánh nhìn mắt tủi lệ tuôn
Những ngày mưa rơi giá rét
Những ngày khất thực tình thương
Những ngày cúi xin dân tộc
Anh em ôm được anh em
Chàng hiệp sĩ dáng gầy sương mai làm bạn với cô đơn
Thứ cô đơn không oán thù nhân thế

Thứ cô đơn trị liệu cô đơn
Mang tình yêu giác tuệ đến những nơi giày xéo cơ thể mình
Để ấm áp bao dung để nói lời từ ái
Để loài người tỏ ngộ hận thù không giết được yêu thương
Chỉ yêu thương mới chuyển hóa hận thù
Không bằng gươm đao bạo động
Nhưng mỗi bước chân người dần mở ra tịnh độ trong từng cõi tang thương
Máu xin ngừng đổ
 Để thấy hôm nay
Mắt em thêm sáng
Nhìn rõ trời mây
Chàng hiệp sĩ trở về
Không cần đất nước tạ ơn
Xin đừng đãi đằng hào nhoáng
Xin cho mỗi bước bình yên
Nâu sồng quê hương ngời sáng
Sáng trong từng mắt anh mắt em
Những con người tiếp theo thừa hưởng dòng dõi tâm linh huyết thống quê hương
Em ơi, để có tiếng chim hát ca bình yên lũy tre làng
 Để thấy trời trong xanh nắng reo ngọt cánh đồng
Xin các em đừng bao giờ quên có vết thương dân tộc
Những thế hệ tiền nhân đã đi qua
Và đã được bao tình thương băng bó chữa lành
Hãy giữ gìn trời xanh cho cánh mai mé rừng hé nở
Cho tim em trọn vẹn bao dung
Tình của mẹ ngàn năm nguyên vẹn

Gởi thương yêu nơi hạt sương trong
Chàng hiệp sĩ bình thường kia ơi
Người sẽ đi về đâu hay đã Vô ưu ngàn năm tự tại
Con vẫn thấy người điềm tọa sáng nay
Và mỗi sáng ngày sau vẫn thế
Vô ưu hé nở tròn đầy.

Kim Sơn, 2012

*Hoa Râm Bụt (Bông Bụp)**

Tâm Thường Định

Đi ngang vườn nhà em
   Nụ cười nào vô sự
   Thấy em không tư lự
Hát bài ca thiên thu

Vang vọng văn tư tu
Càng nhìn em càng đẹp
Cõi không bao giờ hẹp?
Sen búp ta cúi đầu!

Ôi loài hoa dâng Bụt
Hương và tánh không phai
Trong em cả bầu trời
Mây ngàn bay khắp lối

---

* Rose of Sharon, một giống hoa dâm bụt (Hibiscus) - Tác phẩm này ra đời sau khi nghe một bài giảng của Thầy và bắt gặp loài Hoa Râm Bụt này ở IONS (*The Institute of Noetic Sciences*™, founded in 1973 by Apollo 14 astronaut Edgar Mitchell, is a 501 (c) (3) nonprofit research, education, and membership organization whose mission is supporting individual and collective transformation through consciousness research, educational outreach, and engaging a global learning community in the realization of our human potential.)

Đi ngang vườn nhà em
Nụ cười nào vô sự
Thấy em không tư lự
Hát bài ca thiên thu

Nghiêng tai nghe em hát
Ôi bài ca nhiệm mầu
Nghiêng tai nghe em hát.
Ta cuối đầu lặng thinh.

Nụ Cười Vô Sự

Tâm Thường Định

Trời xanh vàng nắng trắng áng mây
  Thong dong vô trụ y như Thầy
  Vẫn bước khoan thai lòng thanh thản
Vạn pháp uyên nguyên giọt sương mai

Thầy luôn cười thở rất nhẹ nhàng
Nụ cười Ca Diếp, người mãi đang
Truyền trao Nến Ngọc bao thế hệ
Thạch trụ Già lam đẹp vô vàn

Thầy vẫn ung dung giữa sắc không
Từ bi thắm nhuận bao tấm lòng
Pháp Hoa bàng bạc trầm hương toả
Tịnh Độ hiện tiền cõi mênh mông.

Mừng Thầy tuổi 88, năm 2014.

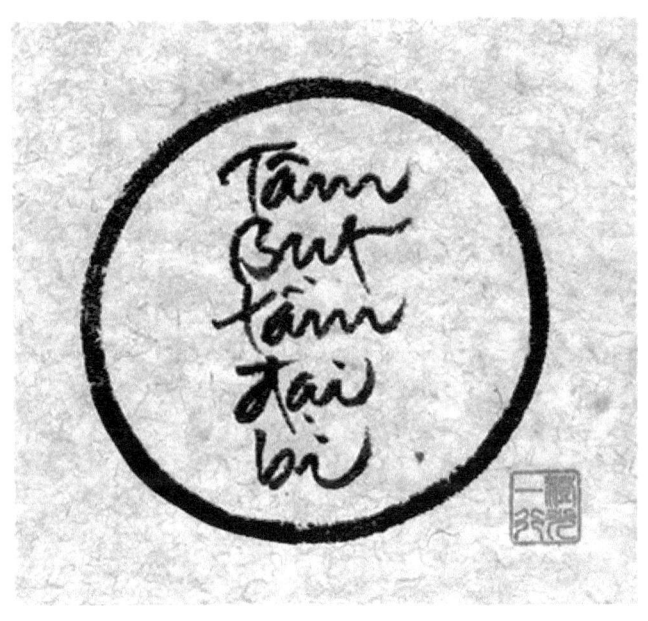

Thư Pháp của Sư Ông Nhất Hạnh (Hình: Làng Mai)

Tường Thuật Khóa Tu Học
"MỞ CỬA TRÁI TIM"

Bạch Xuân Phẻ

MỞ CỬA TRÁI TIM
Chẳng biết rong chơi miền Tịnh Độ
Làm người một kiếp cũng bằng không.

Thành phố Escondido hiền hòa với đồi núi chập chùng. Chúng tôi cùng gia đình lái xe từ Sacramento về tham dự khóa tu học dành cho người Việt tại Tu Viện Lộc Uyển. Sau năm ngày tu tập và hành trì, chúng tôi và đại chúng đã được nhiều lợi lạc. Sự thành công của khóa tu được thể hiện qua nhiều sắc thái, từ không gian yên tịnh đến sự làm việc nhịp nhàng của mọi người. Sự thành công đó cũng được biểu hiện qua lời nói và sự hành trì của thiền sinh cũng như nội dung của khóa tu. Lối hành xử của thiền sinh là điều cần nhắc đến. Khóa tu học này có khoảng trên 500 người và trong đó có một số ít người Tây phương. Chúng tôi được biết khóa tu học tuần trước dành cho người ngoại quốc có hơn 900 người cũng được thành công viên mãn mặc dù đã có những ngày bị cúp điện. Chúng tôi đã gặp những thiền sinh cả Việt lẫn Tây đã trở lại tu học thêm một tuần nữa.

Đối với một người Việt trẻ tuổi lớn lên trên xứ người, cảm nhận một cảnh tượng mà hơn 500 người Việt ngồi thiền và đi thiền hành trong im lặng gần 2 tiếng mỗi ngày mà không nói một lời nào. Đó là một thành công lớn. Sự im lặng hùng tráng này chính là sự gặt hái của khóa tu Mở Cửa Trái Tim. Mỗi buổi sáng khi tiếng chuông chùa báo thức lúc 5 giờ, khi chúng tôi thong dong đi thiền hành dưới ánh trăng vàng vằng vặc trên con đường dẫn đến Thiền đường Thái Bình Dương, chúng tôi đã có được sự an lạc trong tâm hồn. Cái hay hơn nữa là ở đó đã có mặt đông đảo thiền sinh đang ngồi tĩnh tọa.

Mỗi buổi sáng như thế thì Sư Ông cũng đã có mặt đúng giờ, đó là một bài học Thân giáo mà người đã và đang dạy chúng ta. Không những thế, vào ngày thứ tư khi đi thiền hành lên núi cao - Thạch Định* (mất hết khoảng 50 phút một chiều), Thầy cũng đã có mặt ở đó trầm lặng và ngồi thiền bất động trên tảng đá thật to. Có lẽ điều ngạc nhiên nhất là từ đứa bé ba tuổi, con của tôi, đến bà lão gần 83 cũng đều nở nụ cười sau gần một tiếng đồng hồ leo núi. Ai cũng tươi cười và có niềm an lạc. Sự đồng hành của Thầy đã làm núi rừng Lộc Uyển thêm huyền diệu. Thầy đã dạy cho thiền sinh nhiều bài học trong đó thân giáo, khẩu giáo và ý giáo là hùng hồn nhất. Ngoài ra, năng lượng chánh niệm đều được hun đúc hằng ngày.

Thêm vào đó những bài giảng của Thầy đã làm xung động và chuyển hóa được nhiều người. Tôi đã chứng kiến những giọt nước mắt long lanh của những bà mẹ, những cái gật đầu thoả đáng của những bậc làm cha, những trận cười thoải mái của đại chúng và những tiếng đùa cợt của trẻ thơ. Đó là những niềm hạnh phúc. Ngoài ra, vào buổi vấn đáp, Thầy đã cho phép những thiền sinh trực tiếp hỏi Thầy mà người hỏi được ngồi ngang hàng với Thầy. Một sự bình đẳng tuyệt đối, mà có lẽ Thầy đang nhắc đến Phật tánh của mỗi người. Cuối cùng, chúng tôi có cơ duyên được dùng cơm trưa cùng Thầy. Mâm cơm của Thầy rất đơn sơ, chỉ có cơm trắng, chút rau và một ít đồ xào. Thế mà Thầy mời từng người, Thầy mời cụ Doãn Quốc Sỹ, Thầy mời chú Trần Kiêm Đoàn, Thầy mời tôi và những người chung quanh. Cái chan chứa tình người của Thầy đầy Việt Nam và thật cao thượng.

Có lẽ hai bài thơ dưới mà tôi cảm tác là tiếng nói trung thật nhất của khóa tu Mở Rộng Trái Tim như người bạn, Trần Quang Sơn, cùng tham dự nhận diện."Your poems capture the essence of the retreat well."Với nỗi niềm đó, xin được chia sẻ và mời quý vị cùng thong dong cõi Ta Bà như Thầy dạy: *Mỗi bước chân đi vào Tịnh độ.*

Tiếng Hát Những Bước Chân
Kính tặng Sư Ông, Tăng thân và đại chúng khóa tu Mở Cửa Trái Tim

Sáng tinh mơ tiếng ni non của đá
Tiếng vọng hư vô hùng vĩ núi rừng
Sao lấp lánh như niệm Thầy đã định
Tuệ giác nào như Cực Lạc đâu đây

Sáng tinh mơ tiếng ngân chuông cổ
Tỉnh giấc mơ mộng đẹp cõi phù du

Tiếng huyền diệu từ bi và giải thoát
Đưa người về tìm lại Bụt trong ta

Sáng tinh mơ ngồi thiền niềm an lạc
Năng lượng thanh lương quyện cõi cát tường
Thầy ngồi đó hùng hồn trang Thân giáo
Mỉm cười trên huyễn hoặc sắc không

Sáng tinh mơ thiền hành đây Tịnh độ
Đi một dòng sông đến bến Giác bờ
Niệm Định Tuệ, ôi pháp môn mầu nhiệm
Thở đi thôi! Thầy bảo: "Hiểu và Thương"

Chuông Chùa Lộc Uyển

Kính tặng Sư Ông, Tăng thân
và thiền sinh khóa tu Mở Cửa Trái Tim, 2011

Trăng mai vằng vặc sáng
Tiếng chuông chùa nhẹ buông
Thiền hành đôi gót nhẹ
Khóm trúc lay miệng cười

Trăng mai vằng vặc sáng
Tiếng chuông chùa vang xa
Đẹp như bản tình ca
Vơi đi nỗi nhớ nhà

Trăng mai vằng vặc sáng
Sắc không cõi thái hư
Vô thường giọt sương sớm
Tịnh Độ cõi Ta Bà

Trăng mai vằng vặc sáng
Niệm Định Tuệ vô biên
Hành giả đời chánh niệm
Phật thân bất nhị nguyên.

Tâm Thường Định
Thiền đường Thái Bình Dương,
Deer Park, Escondido, CA.

Chánh Niệm

Thích Nữ Như Minh

Chánh niệm trân quý vô cùng
    Chánh niệm đi đứng ung dung nhẹ nhàng
    Thiền trà khai đạo hỷ hoan
Về nguồn tỉnh thức, ánh vàng rạng soi
Gương từ hôm sớm nguyện noi
Lòng bi nguyện giữ đời đời độ sanh
Nguyện cùng đồng sự lợi hành
Cho nguồn diệu pháp, suối tuôn ngọt ngào
Sen búp một đóa cúi chào
Đương lai tác Phật, vui nào vui hơn.

Pháp Âm Lưu Chuyển
Thành kính dâng Thầy

Lời Thầy qua máy ghi âm

Lời Thầy giảng pháp thậm thâm vô cùng
Lời Thầy tô thắm non sông
Lời Thầy thức tỉnh bao lòng khổ đau
Lời Thầy ôi quá nhiệm mầu
Lời Thầy nhắn nhủ ngàn sau vẫn còn

Giữ cho bền sắt tươi son
Lời Thầy giác tỉnh đưa con vào đời
Lời Thầy vang vọng khắp nơi
Lời Thầy khuyên nhủ mọi người tu đi
Lời Thầy mang hạnh Mâu-ni
Khơi nguồn tuệ giác từ bi cứu đời
Lời Thầy muôn thuở muôn nơi
Lời Thầy như ánh mặt trời ngày xuân
Lời Thầy đồng sự lợi hành
Lời Thầy vạn pháp trùng trùng duyên sinh
Lời Thầy suối mát hoa xinh
Lời Thầy như ánh bình minh gọi mời
Con nguyền ghi nhớ chiều mơi
Con nguyền vâng giữ những lời Thầy ban
Nguyện tu theo ánh đạo vàng
Ngõ hầu đền đáp muôn ngàn ân sâu
Chắp tay thâm tạ cúi đầu
Nguyện mang diệu pháp truyền trao tiếp người.
Ngồi Yên

Về thiền thất ngồi yên

Ngắm trăng lên dịu hiền
Sáng soi niềm tin tưởng
Lòng nở đóa hồng liên
Về thiền thất ngồi yên
Có Thầy, có bạn hiền
Có Tăng thân hòa hợp

Ngắm trăng rằm vừa lên
Trong tư thế ngồi yên
Vũ trụ như lắng xuống
Vững chãi và bình yên
Thoảng mùi thơm hương thiền
Nguyện trở về ngồi yên
Thở sâu nhìn thật kỹ
Chuyển hóa bao tập khí
Cho cõi lòng bình yên.

Đến Đi Thong Dong

Kính dâng Sư ông làng Mai

Con những tưởng Thầy không về nữa
Vì tuổi già Thầy cần được nghỉ ngơi
Nhưng hôm nay Thầy vẫn bước thảnh thơi
Giữa đất Mẹ trong mùa hoa sen nở
Sức sống Thầy tiếp qua nhiều hơi thở
Thở và Cười bí quyết sống thong dong
Đến và Đi vẫn tự tại ung dung
Tuổi tám ba ôi! Thật là trân quý
Qua những khoá tu bao người hoan hỷ
Biết trở về nhìn kỹ Hiếu và Thương
Đạo Phật dấn thân Thầy mở lối chỉ đường
Cho thế hệ hôm nay và mai hậu
Sống hiện tại không buồn đau dĩ vãng
Không lo âu việc chưa đến tương lai
Chúng con mong Thầy mạnh khoẻ mãi hoài

Làm đại thọ cho chúng con núp bóng
Lạy Phật Tổ Từ Bi chứng giám
Cho ước mong đệ tử được như nguyền.

Chùa Đình Quán
Mùa sen nở: P. L. 2552
(Tháng 5 năm 2008, Viết Tại Hà Nội
trong dịp Sư Ông về giảng tại Vesak 2008)

Dấu Chân Hoằng Pháp

Cùng đi với Thầy
Trên những nẻo đường quê hương
Con tưởng mình nằm mơ
Nhưng không phải là mơ
Mà là sự thật
Một sự thật bất tư nghì
Quê hương lưu dấu Thầy đi
Mừng xuân đoàn tụ
Còn chi vui bằng
Kể gì ba bốn mươi năm
Phút giây hiện tại
Ngàn năm tuyệt vời
Ngôn từ nào nói hết lời
Thầy về sông núi đất trời cảm thông
 Đoàn người từng bước thong dong
Cùng chung nhịp thở
Muôn lòng hướng lên
Nguyện cầu đất nước bình yên

Thắm tình huynh đệ cơ duyên gặp Thầy
Mai Thầy về lại trời Tây
Dấu chân hoằng pháp nơi này mãi ghi.

Thư Pháp của Sư Ông Nhất Hạnh (Hình: Làng Mai)

Bước Chân Không Biết Thở

Trịnh Thanh Thủy

Có thiếu đi một phần nào thân thể của mình mới biết thượng đế kỳ diệu, sinh con người, lại ban tặng đầy đủ các cơ quan cần thiết hữu dụng trong mọi trường hợp. Đôi khi vì cuộc sống, vì mưu sinh tất bật mà chúng ta quên chăm sóc chính ta, lơ đãng với phần tinh thần, không biết chính cái phần ấy đã điều khiển mọi sinh hoạt sinh lý hằng ngày trên cơ thể ta.

Từ ngày tôi đến với Phật Pháp, thọ ngũ giới và sinh hoạt với Xóm Dừa, một chi nhánh của Phật Giáo Làng Mai, tôi như được dọn sang căn nhà mới. Căn nhà có những cánh cửa kính thông suốt tôi có thể nhìn ra khắp bốn phương bằng những bước chân thiền học. Những buổi sáng để tâm bình yên theo nhịp thở. Tiếng chim hót líu lo bên muôn vàn tiếng động ngoài kia không làm tâm tôi rộn. Những ngày hè, nắng rực, tập cười trong thảnh thơi, tôi thấy mình như đứa bé không nghĩ ngợi, đắn đo, lo lắng, tâm trắng như tờ giấy. Bất chợt tôi ngây thơ, vô tội, hiền hoà.

Tôi được học cười, thở, bước, đi, trở về trong an lạc. Trong căn nhà thương yêu ấy, lúc nào cũng rộn vang tiếng cười nói ân cần, lời chia sẻ những kinh nghiệm tu tập quý báu. Tôi yêu nhất là giờ Pháp Thoại. Có mỗi bài học Chánh Niệm, tôi học hoài mà thực tập vẫn không thông. Thở ra, thở vào, dễ thế, mà đôi lúc trong cơn giận dữ tôi quên thở, để tạp niệm lấn chiếm tâm hồn. Học bước vững chãi mà lúc lái xe, thì không chú tâm lái xe, đầu óc ở đâu đâu. Mê đọc sách như một quán tính, đến nỗi vừa đi vừa đọc, ít chú tâm vào bước mình đi, quên phắt thiền hành. Và thế là bước chân thiếu chánh niệm xảy ra.

Ngày đó đến, 22 tháng Tư, tôi té vì chân bước hụt một bậc cửa phía sau nhà khi mắt mải đậu trên cửa gara. Cú té khá nặng, tuy không gãy xương nhưng quẹo mắt cá chân, khiến tôi không thể đứng dậy sau 20 phút. Chỉ nội trong vài tiếng đồng hồ, bàn chân tôi đã sưng vù, chân trái tôi trở nên bất khiển dụng. Tôi chỉ còn biết nằm một chỗ đắp đá, đặt chân cao lên cho máu bớt dồn xuống, cho bớt sưng. Lần đầu tiên trong đời phải dùng nạng đi lại, thật khó khăn và bất tiện biết bao nhiêu. Khi ấy, mắt nhìn, đầu nghĩ, muốn lấy cái này, làm cái kia mà bất lực, mới biết bất cứ cái gì trên người mình cũng cần. Tôi không còn đổ thừa cho điểm xui mà tự trách mình thiếu thực tập chánh niệm. Lời Sư Ông còn vang vất đâu đó "Bước vững chãi, đi trong chánh niệm", làm tôi xấu hổ. Ngay đến nghĩa đen của sự bước, tôi còn chưa vững chãi nói gì đến nghĩa bóng.

Ngày đó, 22 tháng Tư, ngày của Mẹ Đất, ngày chân tôi đặt lên Đất Mẹ một cách lơ là nên hụt hẫng. Cũng là ngày quốc tế dành cho Trái Đất (Earth Day). Ngày được dùng để truyền cảm hứng cho nhận thức và đánh giá cao môi trường tự nhiên của Mẹ Đất. Ngày mà nhân loại tạm gác lại những công việc hàng ngày, những lo lắng buồn phiền để suy nghĩ và hành động cho thế giới tự nhiên mà chúng ta đang sống. Ngày mùa đông vừa dứt chuyển sang xuân, cây cối nẩy chồi ra lá mới. Ngày mọi người thường tổ chức các hoạt động nhằm mục đích bảo vệ môi trường hoặc tổ chức trồng cây xanh, thu gom rác thải, sao cho môi trường sống xanh sạch đẹp.

Thật xấu hổ cho tôi Mẹ Đất cho tôi một chỗ đặt chân bằng an đến thế mà tôi cũng không đặt cho đúng chỗ. Bài Sám Pháp Địa Xúc tôi đọc mỗi lần họp mặt, đọc đó mà như không. Thiêng liêng là vậy, đẹp đẽ là vậy mỗi lần lạy xuống, tiếp xúc với Đất để tiếp nhận năng lượng vững chãi và vô úy của Đất mà như không. Thiêng liêng là vậy, đẹp đẽ là vậy, mỗi lần lạy xuống, tiếp xúc với Đất để tiếp nhận năng lượng vững chãi và vô úy của Đất. Đất ôm lấy mình và giúp mình chuyển hoá vô minh, khổ đau và tuyệt vọng thế mà tôi như không học. Sư ông đã dạy "Thở đi con", "Tập thở vào, ý thức về cơ thể mình và nhìn sâu vào cơ thể để thấy rằng mình là Trái Đất, và tâm thức mình cũng là tâm thức của Trái Đất".

Có lẽ từ hôm nay, sau lần bước hụt, tôi phải tập đi, bước những bước vững chãi trong chánh niệm, những bước chân biết thở.

Chốn Ấy Có Nụ Cười

Trịnh Thanh Thủy

Mỗi khi nghĩ tới, nhắc đến, ghé thăm chốn ấy, lòng tôi lại ấm lên, nhẹ nhàng và thanh thản hơn.

Nghĩ tới, làm tôi thấy trước mặt mình hiển hiện lần lượt những nụ cười an nhiên nở trong giờ sinh hoạt, trong giờ hát ca, giờ thiền hành.

Nhắc đến, tôi nghe gió núi lướt nhẹ qua vầng trán, mây trắng giăng giăng trên đầu và mùi sage dại thơm phảng phất lan vào không gian những bụi dứa gai nơi chân núi.

Ghé thăm, tôi thêm được năng lực để bước những bước vững chãi trên đời sống mình mà trước kia tôi từng nghĩ mình sẽ bỏ cuộc.

Chốn ấy là một nơi rất quen thuộc, nhưng mỗi lần ghé tôi lại phát giác ra nó mới. Mới trong một vẻ đẹp xưa của một tàng cổ thụ. Lạ ở nét cứng cỏi dũng cảm của những khối đá núi. Thú vị trong vẻ như mì óng ả của con suối băng ngang. Tôi cũng có thể gặp gỡ nhiều người tốt và xấu nhưng đều mang những ưu và khuyết điểm như nhau. Nơi đó, tôi không thấy sự lạc lõng bơ vơ. Nơi ngồi xuống, tôi thấy an tâm và dễ chịu. Nơi đứng lên, tôi có thể tiếp nhận lời khen bằng lòng thanh thản, nhẹ nhàng mà cái ngã thôi lơ lửng ở trên mây. Nghe tiếng chê, tôi có thể mím một nụ cười dịu nhẹ, không lao xao, không phản ứng. Tôi được học những phương pháp đánh gục sự sợ hãi, tôi được yêu thương để đem thương yêu mình san sẻ với mọi người. Tôi tập tin tưởng để xoá đi nghi ngại bấy lâu dẫy đầy thành tường, thành vách, nơi van tim. Tôi cảm, tôi thương, tôi hoà mình, tôi đem hồn mình dựa nương êm ả vào chốn ấy.

Chốn ấy là một tụ điểm hoà tan, không phân biệt ngôn ngữ, giới tính, màu da. Những ngày mùa đông, có các khuôn mặt rám nắng trên màu da vàng xếp nếp dấu chân chim ở đuôi mắt lặng ngắm vầng thái dương lên. Những buổi mùa thu, những mái tóc vàng, vầng trán phẳng da trắng rực rỡ trong nét mũi cao thong thả chạy bộ lên xuống vài con dốc mỏi. Những đêm mùa hạ, giọng hát chơi vơi của nhiều ngôn ngữ nghe xôn xao trong gió và làn lửa ấm bừng sáng trong khu cắm trại. Những trưa mùa xuân, tiếng cười trẻ thơ nô đùa tíu tít trong manh áo mới, phong bao đỏ, và các miếng mứt ngọt ngào. Và cả bốn mùa vạn vật chan hoà âm ba từ ái của tiếng đại hồng chung.

Chốn ấy có những con đường và những khoảng lặng.

Những con đường mà các chiếc nón lá xinh xắn đơm chữ "thở", mang tín hiệu của một nụ cười mím đi lững thững hành thiền trong im ắng buổi ban mai hồng. Nó có nhiều màu áo nâu thanh thản với cánh tay rộng mở, với ánh mắt long lanh sáng. Nó mang nhiều tiếng tim đập nhịp nhàng trong hiện tại, trong bình an.

Nó không có hoa hồng, hoa tu-líp, hoa cẩm chướng rực rỡ

nhưng thoảng man mác hương hoa tím, hoa sage, hoa cúc nở.

Và những khoảng lặng, không tranh đua, phê phán, tị hiềm được gói ghém trong những tấm khăn vuông, manh áo ấm đơn sơ, đôi dép nhựa bình dị, đôi guốc mộc thanh thoát. Những khoảng lặng không hoang mang, thao thức, ồn ã, tối ám, mờ mịt của vô minh. Chốn đó sự sống có mặt và ý nghĩa hơn bao giờ hết.

Chị ơi, ngày mai đi cùng em, chúng ta cùng đến chốn ấy nhé.

Gặp Sư Ông năm 1964

Chân Văn[*]

Năm 1964 tôi được thấy Sư Ông lần đầu, tại giảng đường Viện Cao Đẳng Phật Học; Sư Ông ngồi trên bục giảng còn tôi là một sinh viên nghe và ghi chép. Môn Sư Ông dạy, tôi nhớ mang máng nằm trong một chứng chỉ gọi là Phật Giáo Đại Cương. Khi giảng đến Bốn Sự Thật Mầu Nhiệm, nói về Khổ Đế, Sư Ông ra một bài thực tập, để các sinh viên có dịp tiếp xúc với cái khổ, gây ý thức về cái khổ. Chuyến đi thực tập đã thay đổi cuộc sống của tôi sau đó.

Người bạn đã rủ tôi ghi tên học Viện Cao Đẳng Phật Học là Đỗ Ngọc Yến, một sinh viên Văn Khoa, Đại học Sài Gòn, là bạn với tôi ở Thiếu đoàn Tây Hồ, Hướng Đạo Việt Nam. Đỗ Ngọc Yến là một tín đồ Công Giáo, nhưng anh thích triết học và thường tìm hiểu về các tôn giáo khác. Chúng tôi đã nghe nói đến tên Thầy Nhất Hạnh từ lúc tham dự Đàm Trường Viễn Kiến của cụ Nguyễn Đức Quỳnh, tại nhà cụ ở sau chùa Từ Quang, đường Phan Thanh Giản. Năm 1963 cụ cũng bị bắt giam trong thời kỳ giới nghiêm. Trong năm 1963 Đỗ Ngọc Yến và tôi đều tìm học thêm về đạo Phật; cùng đọc cuốn *Đạo Phật*

---

[*] Chân Văn là Pháp hiệu của Ngô Nhân Dụng / Đỗ Quý Toàn

Đi Vào Cuộc Đời, bản in thô sơ do các sinh viên Phật Tử ở Paris xuất bản. Chúng tôi đã học về Phật Giáo tại trường Văn Khoa, với các thầy Quảng Liên, Thanh Kiểm, Quảng Độ, vân vân, trong niên khóa 1962-63. Khi đọc *Đạo Phật Đi Vào Cuộc Đời*, chúng tôi như được thấy một cánh cửa mới mở ra cho mình nhìn vào đạo Phật. Khác những bài giảng về Phật Giáo ở trong trường Văn Khoa, cuốn sách mỏng này cho thấy đạo Phật là một nguồn suối giúp mình sống, chứ không phải chỉ là một kho tàng tư tưởng để tìm học cho biết. Vì vậy, khi nghe Thầy Nhất Hạnh là tổng thư ký Viện Cao Đẳng Phật Học, đặt trong Chùa Pháp Hội, ở một con hẻm đường Phan Thanh Giản, Sài Gòn, chúng tôi đã ghi tên ngay khi trường mới mở cửa.

Các lớp của Viện Cao Đẳng Phật Học thường giảng vào buổi tối, các sinh viên thường cũng đi học ban ngày ở các đại học khác. Trong thời gian đó, tôi đã đi dậy học, ở trường Chu Văn An và một trường tư Công Giáo tại Xóm Mới, ở phía Nam Sài Gòn. Vì thế, tôi không thể đến lớp thường xuyên. Đỗ Ngọc Yến đi học chăm chỉ hơn, chính anh thường ghi chép các bài giảng cho tôi học, và kể lại cho tôi nghe về các giáo sư. Nhiều lần tôi không đến lớp được, Yến còn mô tả lại những ấn tượng khi anh nhìn và nghe Thầy Nhất Hạnh giảng bài.

Thầy Nhất Hạnh đã yêu cầu các sinh viên làm một dự án thực tập Tiếp xúc với cái Khổ. Tôi không nhớ các sinh viên khác đã làm gì, chỉ nhớ mình đã được văn phòng nhà trường giới thiệu cho tên một bệnh nhân đang nằm điều trị ở Bệnh Viện Chợ Rẫy, ghi rõ số phòng, số giường nằm. Nghe nói đến Bệnh Viện Chợ Rẫy thì tôi đã thấy hơi ghê sợ, vì tôi đã phải sống ở đó khoảng một, hai tuần, trong năm 1954. Bà chị tôi, Đỗ Thị Thảo, phải vào đó chữa bệnh đau mắt một thời gian, tôi đến ở luôn đó để săn sóc chị trong khi mắt chị bị bịt kín để chữa thuốc. Gia đình tôi lúc đó ở rất xa, trong làng Hòa Khánh, tuốt dưới Thủ Thừa, Long An, đi lên Sài Gòn phải đáp mấy chuyến xe thổ mộ (xe ngựa), rồi chuyển qua xe đò chật ních, mỗi lần đi lại tốn quá nhiều tiền. Ấn tượng về "nhà thương thí" của tôi trong những ngày đó là khổ, cực kỳ khổ; tôi không bao giờ còn muốn bước chân vào trong đó nữa.

Nhưng đến năm 1964 thì khác. Chi đi thăm một bệnh nhân, tôi sẽ không phải ngủ dưới đất trong phòng bệnh hay ngoài hành lang, không mền không chiếu suốt nhiều đêm. Cũng không phải ăn những chén cơm hẩm, những bát canh lỏng, nhạt và tanh của nhà thương, vì không có tiền để mua thức ăn riêng. Vì thế tôi hăng hái đi thực tập tiếp xúc với cái khổ, để viết một bài báo cáo về kinh nghiệm của mình, hoàn tất cái Chứng Chỉ Phật Giáo Đại Cương.

Người bệnh tôi được đến thăm là em Tuấn. Sau gần nửa thế kỷ, tôi đã quên họ em là gì; nhưng tôi có lần đã viết về em, đủ tên họ, đăng trên một tờ báo nào đó ở Sài Gòn; hoặc đã viết tên em trong một bài thơ ở cuốn *Đêm Việt Nam*, in năm 1966. Biết đâu, một buổi sáng tôi ngủ dậy, lại chợt nhớ ra tên em, nhưng không có gì bảo đảm là nhớ đúng!

Em Tuấn khoảng 15 tuổi, quê ở Quảng Ngãi. Em bị thương vì đi đường bị trúng mìn. Em được đưa vào Chợ Rẫy, một cẳng chân em đã bị cưa. Tương đối, Tuấn là một nạn nhân chiến tranh bị rất nhẹ. Năm 1954 tôi đã thấy nhiều nạn nhân bị thương hãi hùng hơn. Năm đó, khi chiến tranh lên cực điểm, tôi cùng các hướng đạo sinh đoàn Hoàng Diệu hàng ngày đã vào Nhà thương Phủ Doãn giúp rửa các vết thương và băng bó cho các người bị thương vì chiến tranh; hầu hết được đưa từ miền quê nghèo khó lên. So với các nạn nhân thời 1954 thì tình trạng em Tuấn khả quan hơn nhiều. Chân em đã được bó bột, em mặc áo sơ mi trắng, thân hình em đầy đà chứ không gầy ốm như các nông dân miền Bắc 10 năm trước. Tuy nhiên, câu chuyện cuộc đời em Tuấn đã giúp tôi nhìn thấy một nỗi khổ rộng lớn đang bao trùm trên tất cả nước Việt Nam. Nỗi khổ do chiến tranh gây ra, nỗi khổ vì nghèo đói, cả nỗi khổ vì những thiên tai, và trình độ giáo dục thấp.

Mỗi lần tôi đem quà đến tặng em Tuấn, tôi lại ngồi bên giường bệnh hỏi thăm về cuộc sống của gia đình em. Em là con đầu của một gia đình nông dân nghèo, sống tại một làng quê ở Quảng Ngãi. Em chưa học hết bậc tiểu học, và chưa ra tới thành phố lớn bao giờ. Đầu năm 1964 thì chưa có những trận chiến ác liệt, nhưng chiến tranh đã đi qua vùng em sống, với những trận phục kích nhỏ, những cuộc hành quân lên núi, và những quả mìn chôn dưới đường, một quả mìn gây thương tích cho em. Em được máy bay quân sự chở vào tận Sài Gòn để chữa vết thương, đó là một điều may mắn không ngờ. Cậu bé 15 tuổi rất lễ độ và thành thật, cho thấy cha mẹ cậu đã dậy con theo nền nếp và cách ăn ở theo đạo đức cổ truyền. Gia đình em không ai đi theo em được, vì cha mẹ em ai cũng phải làm việc. Vả lại, cũng không có tiền để đi xa, tiền ăn ở dọc đường. Em đã viết thư về cho cha mẹ biết tin mình. Ngoài ra, em sống một mình lủi thủi trong nhà thương thí, vui với cuộc sống bên cách bệnh nhân nghèo khác.

Cuộc gặp gỡ em Tuấn đã thay đổi cuộc sống của tôi, dù lúc đó tôi chưa ý thức được điều này. Đầu năm 1964, một nhóm bạn tôi họp nhau tổ chức việc đưa nhau về làm việc giúp đồng bào ở một làng quê vùng Thủ Đức. Chúng tôi đặt tên là Đoàn Công Tác Nông Thôn, kêu gọi các học sinh, sinh viên Sài Gòn tham dự. Các em đi về làng, làm theo những "dự án" giúp ích, do các anh lớn đã đi tìm hiểu và tổ chức; phần lớn là đắp đường, sẽ rãnh thoát nước, và giúp tu sửa các ngôi nhà lá rách nát. Tiền mua dụng cụ, vật liệu do các hội thiện tặng, mọi người tự túc về ăn uống, di chuyển. Các anh lớn ở đây phần lớn là các giáo sư, có một vài sĩ quan đang làm việc ở các văn phòng. Họ đã có kinh nghiệm hoạt động trong Hướng Đạo và các đoàn thanh niên, sinh viên Công Giáo. Từ các hoạt động nhỏ đó, chúng tôi thành lập một hội chính thức, lấy tên là Phong trào Học đường Phục vụ Xã hội; đoàn này hoạt động khá mạnh trong khoảng 10 năm. Đầu mùa Thu năm 1964, một trận bão lớn tàn phá các tỉnh miền Trung. Nhiều đoàn thể thanh niên ở Sài Gòn họp nhau lại, tổ chức gửi các đoàn sinh viên học sinh đi cứu trợ. Chúng tôi được ông Phan Khắc Sửu (quốc trưởng lúc đó) và ông Phan Quang Đán (bộ trưởng Xã hội) tiếp và giúp đỡ với các phương tiện của chính quyền trung ương để mang những phẩm vật cứu trợ ra các tỉnh miền Trung. Các phẩm vật cứu trợ đều do bộ Xã hội cung cấp; họ chỉ mong các học sinh, sinh viên đưa tận tay đồng bào bị nạn, những người cần cứu giúp thật; vì nếu đưa qua bộ máy công quyền lo sẽ bị thất thoát. Các học sinh tham dự phải tự lo lấy, đem theo phần ăn mỗi ngày của mình. Chúng tôi cũng theo một quy tắc, là mua bánh mì, cá hộp, đường, cho tới chén bát đem theo không mua hàng tại chỗ, để tránh ảnh hưởng tới giá cả ở địa phương đang thiếu thốn vì bão lụt! Mối lo đó có lẽ quá đáng, nhưng cũng là một cách giáo dục các em học sinh, sinh viên về tinh thần giúp ích.

Đoàn của tôi gồm khoảng 80 học sinh, sinh viên, đi nhờ máy bay quân sự ra Bình Định. Các học sinh Cao Thắng làm việc hăng hái nhất, nhưng cũng hay nghịch, khó giữ kỷ luật nhất. Tôi cùng Trần Đại Lộc và Đỗ Ngọc Yến phải vận dụng kỹ năng huynh trưởng Hướng Đạo để cho các em làm quen sống lối tập thể, chia thành đội ngũ, trao trách nhiệm cho các đội, phân công từ việc đi làm việc cho tới việc nấu ăn và sinh hoạt chung vào buổi tối. Trong mấy tuần lễ sống ở Bình Định, chúng tôi đã phân chia ra hai đoàn nhỏ, đưa nhau đến các quận An Nhơn, Tuy Phước, rồi đi Bồng Sơn và Hoài Ân. Chúng tôi chia nhau đi thăm thú, nghiên cứu trước, gặp các ông quận trưởng để nhờ họ giúp công việc của đoàn. Và họ đều giúp rất tích cực, vui vẻ, có người sau này đã trở thành một người bạn lâu năm. Tôi còn nhớ có chuyến đi "xe lam" dưới trời mưa, nghe anh lính đang về phép hát bài Mầu Tím Hoa Sim, cảnh và người buồn rười rượi.

Đây cũng là thời gian đầu tiên tôi có kinh nghiệm sống trong một nước có chiến tranh. Đêm đêm nghe tiếng súng. Sáng dậy tôi phải yêu cầu các em không được đi ra coi xác chết, do các cuộc phục kích đêm trước gây ra. Những lúc đi xe từ An Nhơn ở phía Nam lên phía Bồng Sơn bắc tỉnh, chúng tôi lo lắng không biết xe mình có bị giật mìn hay phục kích hay không. Vì ở Quy Nhơn chúng tôi đã mượn được mấy chiếc xe của ban Diệt Trừ Sốt Rét, xe mang dấu hiệu của nhà nước. Khi đoàn đang ở quận Hoài Ân, một trận chiến lớn đang diễn ra ở quận An Lão gần đó. May mắn, cả đoàn làm xong công việc, lúc về Sài Gòn không mất một ai.

Chuyến công tác ở Bình Định cho tôi sống gần hơn và nhìn thấy chiến tranh Việt Nam rõ hơn. Trước đó, tôi chưa bao giờ "giáp mặt" với chiến tranh như vậy. Có lẽ cuộc gặp gỡ với em Tuấn ở Bệnh Viện Chợ Rẫy là một nguyên do khiến tôi đã tham dự tích cực vào những hoạt động giúp ích xã hội kể trên. Những năm sau đó, Đỗ Ngọc Yến, Trần Đại Lộc và tôi cùng tham dự Chương trình Công tác Hè 65, rồi Chương trình Phát triển Sinh hoạt Thanh niên Học đường (CPS). Thế là, vì dành hết thời giờ vào những công tác giúp ích đó, tôi không còn đi học ở Viện Cao Đẳng Phật Học được nữa, tôi cũng bỏ ngang chương trình học bằng cử nhân ở Đại học Văn Khoa. Có thể nói, cuộc đời tôi đã qua một ngã rẽ. Bắt đầu từ một dự án thực tập do Sư Ông Nhất Hạnh đưa ra. Đến năm 1968, sau vụ Tết Mậu Thân, tôi mới bắt đầu vào làm việc cho Trường Thanh Niên Phụng Sự Xã hội. Thầy Thích Thanh Văn, chú Châu Văn Thọ và anh bạn Hướng Đạo Nguyễn Văn Thuất đã tới kêu gọi tôi đến với trường. Gặp những con người hết lòng vì việc nghĩa, nhìn thái độ thong dong hoan hỉ của các nhà tu này, tôi quyết định bỏ các sinh hoạt khác, ngoài công việc kiếm sống, để dành thời giờ hoàn toàn cho trường. Nhưng lúc đó Sư Ông đã ở xa, chỉ liên lạc với trường bằng thư từ. Khi thầy Thanh Văn mất, chúng tôi đã vận động hết sức mời được thầy Thích Châu Toàn về làm giám đốc. Thầy đã làm Cố vấn Giáo hạnh của hội Hướng Đạo Việt Nam trong lúc tôi ở hội Hướng Đạo. Sau thầy Châu Toàn, lại mời được thầy Từ Mẫn, tiếp tục làm giám đốc cho đến năm 1975, khi Trường Thanh Niên Phụng Sự Xã hội bị giải tán.

Đời sống của chúng ta biến chuyển do những nhân duyên chằng chịt gây nên, khó phân tích cái nào là nguyên nhân chính. Nhưng tôi thấy cuộc đời mình có nhiều thay đổi liên quan đến việc gặp Sư Ông. Câu chuyện năm 1964 là một thí dụ. Năm 1983 tôi gặp lại Sư Ông, trong một trung tâm thiền tập của người Mỹ, tại tiểu bang New York. Đó cũng là lần đầu Quyên gặp Sư Ông; và chúng tôi được Thầy Giác Thanh dậy đi thiền hành lần thứ nhất. Tôi nhớ hai câu Sư Ông nói với mình năm đó. Câu hỏi đầu tiên là: Sao anh chị không đưa các cháu đi cùng? Một câu Sư Ông khuyên tôi là: Mình không cần phải đọc nhiều sách quá. Cả hai câu nói đó khiến tôi suy nghĩ mãi. Sau này tôi viết ít bài về việc dạy con, xuất bản thành sách, cũng vì Sư Ông gợi ý. Tôi vẫn còn tật ham đọc sách, nhưng may mắn trí nhớ tôi rất yếu, đọc xong lại quên ngay. Năm sau 1984 gia đình tôi sang Làng Mai (lúc đó còn gọi là Làng Hồng). Năm sau, Sư Ông đã sang mở khóa tu ở gần Montréal, tỉnh Québec, và mấy năm liên tiếp. Nhờ thế, Làng Cây Phong đã ra đời, đến nay năm 2014 vẫn còn sinh hoạt.

Nhưng sau khi gặp lại Sư Ông, một thay đổi lớn xẩy ra trong

đời sống của tôi; là trong việc viết báo và viết sách. Thực tập thiền quán theo cách Sư Ông chỉ đã thay đổi cái tâm của mình. Việc tu tập đã giúp mình thâu thập kiến thức có định hướng tốt lành hơn; nhưng thay đổi quan trọng nhất là cách viết, lời lẽ và giọng điệu câu viết của tôi đã khác trước; khác từ lúc nào tôi cũng không hay. Những năm sau khi tu học, thường khi đang viết tôi vẫn không quên quán chiếu chính tâm mình, xem mình đang sống trong trạng thái như thế nào. Sư Ông hay nói: Nếu cái tâm của mình không an lạc thì không thể đem lại an lạc cho người khác. Khi đang viết, tôi vẫn thường tự xét tâm mình, và tự hỏi một chữ, một câu mình viết có thể gây thêm đau khổ cho người khác hay không. Tôi biết ơn Sư Ông, nhờ Sư Ông tôi có thể giúp ích đúng hơn.

Đã Về Đã Tới

Kính tặng Thiền sư Nhất Hạnh

Không gì hơn An trú trong hiện tại*
Cười nhẹ thênh bên Giếng nước thơm trong*
Uống nguồn thơ tận mạch ngầm thanh khiết
Chẳng đâu xa mà ngay ở nơi lòng

Thảnh thơi với Đường xưa mây trắng* lượn
Theo Nẻo về của ý* nhẹ nhàng chơi
Ơi phép lạ là đi trên mặt đất
Ngắm hoa rơi lá rụng cũng tuyệt vời

Cùng tất cả hòa Trái tim của Bụt*
Ngay bây giờ **Từng bước nở hoa sen***
Đi như một dòng sông không ô nhiễm
Mỗi phút giây đầy vẹn cả vĩnh hằng

Chỉ thực tại mới khai đường dẫn lối
Khởi đầu cho hạnh phúc hoặc khổ đau
Hãy tỉnh thức nghe em từng hơi thở nhé !
Để hát ca cùng sự sống nhiệm mầu

---

* Chữ in đậm là tựa các Tác phẩm Nhất Hạnh

Từ Hiếu Thân Yêu

Tâm Nhiên

Cây lá ngời xanh quanh chùa cổ
Dạo gót mỉm cười giữa tịch liêu
Ấy là giờ phút im lặng nhất
Thốt nhiên nghe gió chuyển bao điều

Chuyển hóa từ nay ngày trọng đại
Trái tim hiểu biết hiển lộ bày
Thấy rồi hiện pháp về lạc trú
Ngay cái đang là chính ở đây

Tình người nhận diện và chia sẻ
Một là tất cả quyện hòa nhau
Không diệt không sinh đừng sợ hãi**
Thanh thản nhìn chi cũng nhiệm mầu

Dấu chân trên cát thành thơ nhạc
Bước tới thảnh thơi giữa ta bà
Thưa cùng Từ Hiếu chiều yên tĩnh
Tịnh độ là đây chẳng đâu xa.

** Thơ văn Nhất Hạnh

*Sư Ông Nhất Hạnh cùng Tăng Thân Làng Mai
thiền hành tại Việt Nam, 2005 (Hình: Làng Mai)*

Người Trồng Cây

Thích Chánh Trí

Khi nghĩ về Thầy, tôi nhớ đến bài hát *Một đời người một rừng cây* của Trần Long Ẩn. Xin mượn lời bài hát này như một chất đệm để tưởng nhớ đến một vị Thầy kính mến.

Tôi kết bạn với Thầy khi tôi đến tu học tại Đồng Nai, qua bài sám Quy Mạng do Thầy dịch nghĩa. Ban đầu tôi bị bắt học thuộc bài sám này. Sau đó tôi thuộc, thường ngân nga và thầm cảm ơn người đã ép tôi học. Dẫu bản dịch không hàm súc bằng bản gốc nhưng tôi cũng đã cảm được tâm hồn và lý tưởng của dịch giả mỗi lần cùng đại chúng tụng kinh khuya. Đó là lần đầu tiên tôi biết đến Thầy.

Trên con đường học Phật Pháp sau này, tôi đọc nhiều sách Thầy viết, Thầy dịch, thậm chí cả những sách Thầy giảng rồi đệ tử của Thầy đánh máy lại. Tôi vẫn thích đọc sách Thầy viết hơn. Tôi đến với Thầy qua từng trang sách. Thầy dám nói những điều cụ thể, ít ai dám nói. Thầy dũng cảm nêu ý nghĩ cá nhân của mình ra, dù biết chắc những ý nghĩ đó đụng chạm tiền bối. Nhưng những ý tưởng đó đã đánh thức tầng lớp hậu bối, như tôi. Tôi không bình phẩm những ý tưởng đó đúng hay sai, nhưng tôi ấn tượng sự can đảm của Thầy, dám nói điều mình nghĩ, thậm chí điều ấy rất khác, rất lạ với số đông.

Nay tôi lại nghĩ về Thầy, sau khi tiếp xúc với đệ tử Thầy, với phương pháp Thầy dạy, tôi xem thầy như một người trồng rừng. Thầy đã trồng rừng tuệ giác. Thầy đã trồng rừng người. Thầy đã trồng rừng chánh niệm. Thầy đã gieo hạt giống từ bi khắp năm châu.

Khi nghĩ về một đời người tôi thường nhớ về rừng cây
Khi nghĩ về một rừng cây tôi chợt nhớ về nhiều người
Trẻ trung như cụm hoa hồng, hồn nhiên như ngàn ánh lửa.

Nghĩ về Thầy là nghĩ về những rừng cây ấy, rừng cây tuệ giác, rừng cây Tăng thân, rừng cây chánh niệm và rừng cây Phật giáo đa ngôn ngữ. Nhớ về thầy là nhớ về một tập thể, *"nhiều người"*. Cuộc đời của Thầy gắn liền với nhiều người. Việc Thầy làm là việc chung của một dân tộc, của một giống nòi, của một thân phận người. Tập thể những khu rừng ấy, dù hữu hình hay vô hình, dù gần hay xa, đều trẻ trung, tươi mát, hồn nhiên, ấm áp và rực sáng như ngàn ánh lửa. Sách Thầy viết bằng ngôn ngữ từ tốn, một thứ ngôn ngữ sau khi đã qua màn lọc của thực nghiệm tu trì. Đó là ngôn ngữ của trái tim của chàng thanh niên hai mươi khi nói Thầy nói tuổi trẻ. Cách Thầy dạy thực hành chánh niệm trong từng công việc hằng ngày khiến người thực tập tươi như hoa hồng, nhẹ nhàng như mây trắng. Chánh niệm đi vào cuộc sống một cách giản dị, gần gũi. Và, đặc biệt, những cây rừng nhỏ mà Thầy gieo trồng, chăm sóc, hướng dẫn, ai cũng hồn nhiên, dễ thương. Hồn nhiên đến mức khiến người khác sực cười rồi đưa tay lau nước mắt. Tăng thân ấm áp tình người. Đó là điều ai cũng nhận thấy rõ rằng khi tiếp xúc với đệ tử Thầy. Để gầy dựng những khu rừng *trẻ trung như cụm hoa hồng, hồn nhiên và ấm áp như ngàn ánh lửa* như thế, Thầy luôn nhấn mạnh hai điều sau: *cây gần nhau* và *rừng giữ đất cho quê hương*:

Cây vẫn mọc từ thuở nào trên đồi núi thật cằn khô
Cây có hiểu vì sao chim thường kéo về làm tổ
Và em như cụm lan mọc tựa giữa cành cổ thụ già kia.
Và tôi vẫn nhớ hoài một loài cây, sống gần nhau thân mới thẳng
Có một cây là có rừng và rừng sẽ lên xanh
Rừng giữ đất quê hương.

Cây chánh niệm đã mọc từ thuở nào, từ thuở đức Phật Thích Ca thành đạo, cách đây gần 3000 năm, thế kỷ thứ 6 trước Tây lịch. Cây ấy nay được Thầy, và nhiều vị Thầy khác, trồng lại trên nhiều mảnh đất với nhiều cách thức nuôi dưỡng, chăm sóc và bảo vệ sao cho phù hợp với đời sống xã hội thế kỷ 21. Việc trồng và chăm sóc cây chánh niệm không hề đơn giản, như cây trên núi đá khô cằn. Đọc lại những ghi chép về quá trình hình thành Phương Bối am và Làng Mai, chúng ta thấy rất rõ những khó khăn mà Thầy và đại chúng đã chịu đựng. Để rừng xanh và thẳng, Thầy đã áp dụng hai phương pháp: sống gần nhau và giữ đất quê hương.

Sống gần nhau thân mới thẳng là đời sống Tăng đoàn, hay theo ngôn ngữ Thầy dùng là Tăng thân. Lợi ích đầu tiên của việc sống gần nhau là để mỗi cây thẳng, mỗi cá nhân có điều kiện thích hợp để hoàn thiện bản thân, trau dồi giới hạnh. Lợi ích tiếp theo là tạo sức mạnh tâm linh chung, nuôi dưỡng năng lượng tập thể. Đó là chủ trương của Thầy. Đó là phương pháp trồng người của Thầy.

Một khi rừng đã hình thành thì chim về làm tổ là sự thật hiển nhiên. Khi tăng thân tu tập có nhiều bình an, mọi người quy hướng về nương tựa là điều chắc chắn. Không những chim mà còn nhiều loại thú rừng khác cũng quay về trú ẩn, sinh sống. Rất nhiều người phương tây với nhiều tín ngưỡng khác nhau đã được lợi ích từ pháp môn thực tập của Thầy. Dù rừng xanh và được nhân rộng, dù có nhiều chim thú về sinh sống nhưng mục đích của rừng được Thầy chú trọng là *giữ đất cho quê hương*, gìn giữ và phát huy những giá trị đạo đức văn hóa Việt Nam, văn hóa Phật giáo Việt Nam. Tất cả những bản dịch kinh luật luận thuần Việt của Thầy đều hướng vào mục đích này. Quê hương của Thầy không phải là Việt Nam, không phải Huế. Quê hương của Thầy là hơi thở chánh niệm. Quê hương của Thầy là nơi nào Phật giáo được lưu truyền. Trồng hạt giống chánh niệm tỉnh giác trên quê hương rộng lớn như thế, Thầy cũng hơn một lần tâm sự:

Ai cũng chọn việc nhẹ nhàng, gian khổ biết dành phần ai
Ai cũng một thời trẻ trai, cũng từng nghĩ về đời mình
Phải đâu may nhờ rủi chịu, phải đâu trong đục cũng đành
Phải không em, phải không anh?

Thầy đã chọn nhiều công việc gian khổ lúc khai sáng và duy trì trường Thanh niên phụng sự xã hội. Thầy đã qua một thời trai trẻ với máu nóng trong tim, thép lạnh bọc thân. Thầy đã nghĩ về đời mình khi viết *Con đi tìm Thế Tôn*. Thầy đã cố gắng vượt lên kẽm gai bom đạn chính trị, thị phi ganh tỵ lòng người để làm những việc cần làm, những việc vì hạnh phúc của những thân phận người. Thầy giữ vững lập trường để giữ gìn pháp môn Phật giáo tỏa sáng, cho tuệ giác nở bông khắp mọi miền sơn cước. Và rồi, có cái gì của Thầy không? Câu trả lời ở đây:

Chân lý thuộc về mọi người, không chịu sống đời nhỏ nhoi
Xin hát về bạn bè tôi, những người sống vì mọi người
Ngày đêm canh giữ đất trời, rạng rỡ như rừng mai nở ngày Xuân.

Chánh niệm không thuộc về ai. Rừng cũng không thuộc về ai. Thực tập chánh niệm là việc của mỗi người nhưng bản thân chánh niệm không thuộc về Thầy, không thuộc về đức Thế Tôn. Ngay cả nói như Trần Long Ẩn, chân lý thuộc về mọi người thì cũng cần phải thêm cho trọn vẹn. Chân lý thuộc về mọi loài chúng sanh, không chỉ riêng loài người. Thầy cũng thế, pháp môn mà Thầy giới thiệu cũng thế, không thuộc về ai, đặc biệt là những trung tâm tu học thuộc hệ thống Làng Mai. Nói theo như lời bài hát, những khu rừng Thầy đã trồng thuộc về những người sống có chí hướng vị tha, những người *không chịu sống đời nhỏ nhoi*. Rừng Thầy trồng dành cho *những người sống vì mọi người*, những người có chí hướng vun bồi và nuôi dưỡng tâm hồn mình và người khác, những người làm rạng rỡ mặt trời tuệ giác, những người mang lại bình an hạnh phúc như hình ảnh mai nở ngày xuân.

Rồi ai cũng đến và đi trong cuộc đời này. Trong mỗi lần đến và đi ấy, điều duy nhất có ý nghĩa là những gì chúng ta làm cho người khác. Mọi người có thể quên tên chúng ta nhưng họ sẽ nhớ những gì chúng ta làm. Rừng Thầy trồng sẽ xanh tươi và lan truyền khắp nơi. Mai đây chắc chắn sẽ có những người trồng rừng khác tiếp tục cùng Thầy chăm sóc rừng, nuôi dưỡng rừng.

Tôi không muốn dùng những mỹ danh mà người trồng rừng bị người ta gán ép như thiền sư, sư ông, hòa thượng, ứng cử viên giải thưởng hòa bình quốc tế, tiến sĩ danh dự... Tôi muốn dùng chữ Thầy để lọc bỏ những cáu gợn chức danh đang và sẽ vây quanh người trồng rừng này. Tiếng Thầy nhắc nhở tôi những bài học, những việc làm, những pháp môn mà người trồng rừng đã dạy, đã làm và đã thực hiện. Tôi đã nhiều đêm thức cùng những trang sách Thầy viết, ôm ấp những băn khoăn của thời trai trẻ. Tôi đã tập làm những việc Thầy làm trong hoàn cảnh trớ trêu của mình. Tôi cũng đã thực tập những pháp môn Thầy giới thiệu. Tôi đã sống trong những khu rừng Thầy tạo ra. Chính nhờ học, làm và thực tập những điều ấy là mới tôi, người trồng rừng là một vì Thầy, viết hoa.

Lời cuối, hỡi người trồng rừng, vị Thầy tiền bối kính yêu, rừng Thầy trồng sẽ xanh tốt, xanh tốt trên những mảnh đất khô cằn tình thương và tuệ giác. Nhiều người trồng rừng khác sẽ theo chí nguyện của Thầy, phương pháp của Thầy. Người trồng rừng giỏi không bận tâm về tương lai của rừng. Chỉ cần trồng. Tiếp tục trồng. Rừng sẽ mãi thêm xanh. Muôn thú sẽ trở về ẩn náu. Người trồng rừng giỏi cũng không bận tâm về thiên tai hạn hán hay những kẻ phá rừng. Vì rừng có sanh có diệt, có sống có chết. Người trồng rừng giỏi là người vui với việc trồng rừng mà thôi. Mong rừng Thầy trồng sẽ tiếp tục *thắng* và tiếp tục *đứng gần nhau* và *đoàn kết* với những khu rừng khác để gìn giữ bình an hạnh phúc cho cuộc đời.

Tôi nguyện góp bàn tay nhỏ bé để rừng ấy mãi xanh tươi.

Boston, Nov. 20. 2014

Thư Pháp của Sư Ông Nhất Hạnh (Hình: Làng Mai)

Mười Hai Năm Trở Lại

Bạch Xuân Phẻ

Kính tặng Thầy và Tăng Thân Làng Mai
Tu Viện Kim Sơn, Watsonville, CA - October, 2013.

Mùa Thu chín, núi đồi xanh yên tĩnh
Thầy lại về chốn trầm mặc Kim Sơn
Nhìn sương bay, dòng đạo đời trôi chảy
Giữa tang bồng vàng lá khẽ lung lay.

Chút tình xưa... hài hoà như sông lặng
Chiều đôi bờ, ngời sáng một lối đi
Giúp nhân gian, sống đời không mộng mị
Tịnh Độ nào trong mỗi bước chân đi

Sỏi và đá vẫn mặc nhiên thiền định
Hiện tại này thanh thoát cõi nhân sinh
Trong sương mù đang có áng bình minh
Trong hơi thở có vạn ngàn kiếp sống

Tăng Thân kia, như dòng sông thưở mộng
Tâm ban đầu vững chãi những bước đi
Đạo giải thoát: Giới định tuệ - từ bi
Đang băng lăng như hư không tĩnh mịch.

Tịnh Độ Mộc Lan

Thích Chánh Trí

Đây là tịnh độ
Tịnh độ là đây
Mỉm cười chánh niệm
An trú hôm nay.....

Tịnh độ là thế giới mà môi trường bên ngoài và nội tâm bên trong chúng sanh ở đó toàn hảo cả về phước đức và trí tuệ. Nếu định nghĩa như thế, Mộc Lan chưa thể gọi là tịnh độ. Nhưng nếu cho rằng tịnh độ là nơi mà tình thương tràn khắp cỏ hoa, hiểu biết dâng ngập cõi lòng, ruộng phước đức đang vun bồi và đèn trí tuệ đang chiếu rạng, thì tu viện Mộc Lan đúng thực là tịnh độ.

Tôi đến Mộc Lan vào lúc nửa đêm, khi mà tầm nhìn đã bị bóng tối giới hạn một màu đen sâu thẳm. Sau một chuyến đi dài bằng ô tô liên tục trong 6 giờ từ chùa Tam Bảo, Baton Rouge, LA, tôi mệt lã và ngủ một giấc dài tạm quên bẳng cõi trần. Rồi ánh bình minh cũng ló dạng sau tán rừng xanh ngả màu vàng úa khi mùa thu đang tràn xuống miền nam nước Mỹ. Tôi, thầy Pháp Quán và một số huynh đệ ngồi bên ấm trà nóng, nhâm nhi, nhìn hương trầm nhẹ bay. Câu chuyện về tịnh độ mộc lan bắt đầu, và sẽ tan biến, từ những làn khói mỏng thoảng như thế.

Tôi sẽ không cho bạn biết tịnh độ mộc lan rộng bao nhiêu đất, có bao nhiêu người, hình thành bao lâu, ai đang trụ trì, Phật tử sinh nhiều hay ít. Những điều ấy đã có người kể, kể rất hay. Tôi chỉ làm một việc: chứng minh mộc lan là tịnh độ - nơi mà chúng ta nên hướng về và đến sống với.

Vấn đề đầu tiên và quan trọng nhất của một cõi tịnh độ là bầu khí quyển tâm thức của những người tạo ra cõi ấy và sống trong cõi ấy. Nếu người tạo ta nó với tâm thanh tịnh nhưng những người sống ở đó với tâm dơ bẩn thì đoan chắc nó sẽ trở thành Ta bà. Mộc Lan hiện nay đã làm được điều này: tâm thức của người tạo ra và người đang sống ở đó đã và đang trở thành trong sạch. Tôi không chắc trong sạch một trăm phần trăm hay chín mươi chín phần trăm. Tôi chắc là trong sạch hơn những kẻ đi như chạy, ăn như máy như chính bản thân tôi đây.

Bằng những hành động cụ thể, quý thầy cô Mộc Lan cho tôi thấy rằng họ cởi mở, tình cảm, chân thật và tỉnh thức. Họ luôn đề cao và tôn trọng nếp sống tập thể, từ tư tưởng đến hành động, từ lời nói đến việc làm. Ai cũng có cơ hội thể hiện sự thực tập chánh niệm của mình. Sư em tập sự vẫn có cơ hội thỉnh chuông và chủ trì một buổi pháp đàm như sư chị thâm niên. Tôi thực sự ngạc nhiên khi sư cô Thuần Minh làm việc này vì cô, theo tôi, đã thành công như quý sư chị khác. Trong từng lời nói của họ, tôi cảm nhận được dòng chảy tình thương và sự cảm thông. Đó là chiếc cầu nối quan trọng giúp họ hiểu nhau hơn và sống với nhau an lạc hơn.

Tiếng chuông đồng hồ cứ mười lăm phút vang lên một lần để nhắc nhở những con người ở đây thực tập chánh niệm. Họ đã thực tập theo cách ấy một cách thuần thục, tự nhiên như hơi thở, hồn nhiên như trẻ thơ. Tiếng chuông đại hùng là ân nhân của họ vì nó giúp họ dừng lại những phút giây điên đảo. Âm thanh điện thoại reo cũng trở thành vị thầy của họ bởi nó khiến họ cắt đứt ý nghĩ vọng tưởng. Tôi không bảo đảm họ chánh niệm tuyệt đối nhưng khẳng định họ rất trung thành với sự thực tập ấy. Tôi đã thử, thử ba ngày, và thấy rằng chỉ cần dừng lại chút thôi trong tâm tưởng cũng khiến ta nhận ra những sai lầm trong ý tưởng, ngoài ngôn ngữ và hành vi trên thân xác. Ôi, ba ngày đã thế, mà chư Tăng Ni ở đây đã ba tháng, bốn năm.

Tịnh độ Mộc Lan hiện hữu dưới từng bước chân thiền hành của những người ở đây. Họ đi mà như không cần tới. Thời gian dường như là con số không đối với họ. Họ chỉ cần đi trong không gian thênh thang, dưới ánh nắng chiều vàng, trên đường mòn sơ hoang. Ưu phiền ư, tôi nghĩ họ có nhưng họ nỗ lực tập trung vào từng bước nên ưu phiền rơi rơi. Lo toan à, làm sao sống mà không lo lắng, song họ biết sắp xếp để vui với giây phút hiện tại. Tôi đã đi trên những con đường mòn ấy, cũng dưới nắng vàng ấy, và cũng đã nhận ra một cái gì đó thênh thang rộng mở. Cái đó khiến lòng ta bình an. Cái đó giúp ta nhìn rõ lại thân tâm mình. Cái đó nhắc nhở ta phải trân quý điều mình đang có, cái mình đang thọ hưởng. Cái đó bảo ta rằng ta không phải là thực thể độc lập với muôn loài. Và, cái đó hun đúc một tinh thần lý tưởng sau đây:

Trúc quân tử dù thẳng nhưng mềm mại
Mai thanh tao tuy gầy vẫn kiên cường

Đó là lời dạy của sư Ông cho tăng thân Mộc Lan, được treo trang trọng trong thư viện Ni xá. Câu đầu dành cho chư Tăng, những người quân tử, thẳng thắn, mạnh mẽ, dám nghĩ dám làm, lòng rỗng không như thân cây trúc. Dẫu thẳng, dù mạnh nhưng trúc ấy phải đạt yêu cầu mềm mại, uyển chuyển. Câu sau riêng cho chư Ni, những cành mai thanh tao, nhẹ nhàng, ngát hương, đảm đang, chịu thương chịu khó. Dù gầy mà vẫn cứng, dù yếu mà không đuối. cặp đôi: thẳng – mềm mại và gầy – kiên cường thực sự là một công án, một triết lý sống, một phương châm để xây dựng tịnh độ. Họ đã giải được công án đó. Họ đang sống theo triết lý ấy. Và chính họ đang gầy dựng thế giới bình an cho họ và cho những kẻ lãng du như tôi.

Bên tách trà nóng ấm, tôi thưởng thức những giọng ca vàng hòa nhịp với lục chỉ cầm ghita. Họ hát những khúc hát ca ngợi tình thương: *sống trong đời quý nhất tình thương*. Họ dạo những khúc đàn, thay vì say tình nhụt chí, nuôi dưỡng lý tưởng phụng sự: *ai cũng về rừng, chùa hội để dành phần ai*. Họ hát không phải chỉ để gởi gắm nỗi niềm hạnh phúc, mà còn để thể hiện cảm nhận tinh tế của mình về thực tại. Họ ca như thế là cơ hội thực tập chánh niệm tỉnh giác. Họ gảy cung đàn như chính họ đang ban phát bình an đến từng thính giả. Tôi không nghĩ họ chỉ hát bằng thanh quản luyến láy. Tôi tin họ hát bằng tấm lòng chân thật và thương yêu. Tôi không nghĩ họ đàn chỉ bằng đầu ngón tay. Tôi tin họ đàn với tất cả chân tâm Phật tánh. Dù con đường tu hành còn đó những khó khăn, chướng ngại và chông gai nhưng những gì họ đang làm, đang thực tập đã giúp họ vững chãi hơn, an lành hơn và tin tưởng hơn. Tôi đã thấy bằng mắt như thế. Tôi đã nghe bằng tai như thế. Tôi đã cảm bằng hồn như thế.

Tôi đang tưới hoa ư? Không. Tôi đang cắt hoa đấy chứ. Tôi nhìn thấy và đã lắng nghe những ưu phiền của tịnh độ Mộc Lan. Dù thấy và nghe ấy chưa hoàn toàn chính xác nhưng cũng phần nào hiểu, cảm thông và trân trọng thế giới tịnh độ của họ. Mộc Lan đang cưu mang những tâm hồn trinh nguyên. Họ đang nuôi dưỡng những hạt giống bồ đề bằng những chất dinh dưỡng cao cấp. Chỉ cần nỗ lực trau dồi những phương pháp đã được hướng dẫn, tôi tin chắc mai sau không thiếu những đại thọ bồ đề Phật giáo.

Thuyền về chở ánh trăng thanh
Vườn quê thơm ngát hoa lành trái thương.

Tôi trở về Boston cùng ánh trăng thanh ấy, với những hoa trái yêu thương trong khu vườn quê thơm ngát hương hoa mướp hoa bầu ấy. Tôi không khuyên bạn, chẳng dụ bạn đến Mộc Lan đâu. Tôi quyết không làm công việc quảng cáo, dù là quảng cáo cõi bồng lai tiên cảnh. Đơn giản, tôi chỉ thưa với bạn một câu rằng: trần gian dù nhiêu khê não phiền khủng bố bao nhiêu vẫn tồn tại đâu đó những khu vườn an bình, yên tĩnh và ngập tràn tình thương chân thật.

Hãy tự tạo cơ hội cho mình để khám phá, trở về, dừng lại, chiêm ngưỡng và thưởng thức cuộc đời.

Tôi sẽ trở lại Mộc Lan, không chỉ thăm mà sống.

Boston 11. 1. 2012

Sư Ông Nhất Hạnh, tại Làng Mai, Pháp quốc
(Hình: Làng Mai)

Theo Bước Chân Thầy

Thích Từ Lực

Paris mời gọi ta về. Trong chuyến "vạn lý du"* gần ba mươi năm trước, mùa hè 1985, đến Paris, tôi có thể may mắn vì không mang theo gánh nặng lo toan của nhiều người đi trước nhưng cảm giác còn giữ lại trong lòng vẫn là bồn chồn mong đợi xen lẫn náo nức bồi hồi được thấy tận mắt cảnh vật một thời được thêu dệt nên bức tranh lộng lẫy trong trí tưởng. Kiến thức thu thập được nơi trường ốc, qua sách vở như được óc tưởng tượng của người thích viễn du như tôi làm thăng hoa, biến Paris không chỉ là nơi đặt chân đầu tiên trong chuyến đi xa thứ hai trong đời mà còn là điều đạt được một ước vọng mà Paris là biểu tượng. Paris, nơi quy tụ những kiệt tác của nghệ thuật tạo hình, những công trình kiến trúc không chỉ là điểm đến của tâm linh, của đức tin: nhà thờ Thánh Tâm, nhà thờ Đức Bà. Riêng với tôi, Paris còn là cửa ngõ để tôi lần tìm về niềm trông cậy vào thế giới tâm linh của bao người xa xứ. Những ngôi chùa Việt tái hiện nơi phương xa

---

* "Cô thân vạn lý du", nhan đề thiên du ký mấy nước Âu châu trong đó có nước Pháp vào năm 1985, khởi đăng lần đầu trên số 2 (tháng 11. 1985) tạp chí Nguồn Sống, San José, trước khi được in lại trong Tình Đạo Nghĩa Đời (chùa Phổ Từ ấn hành, 2007)

như dấu hiệu của niềm tin bừng sáng, trong đó xa hơn Paris, ở thành phố xa lạ hơn nữa với tôi, Lot&Garonne, nơi hạt giống tâm linh đang nẩy nở nhưng hình thức sinh hoạt có sức thu hút mạnh mẽ một thanh tăng. Nơi đó mang tên thật gần gũi với một chốn nơi thôn dã hơn là danh xưng một đạo tràng tu tập. Làng Mai lúc đó còn gọi Làng Hồng, loài thực vật đem lại lợi tức nhỏ nhoi nhưng đáng ghi nhớ trong bước đầu của tinh thần tự lực.

Những ngày lưu lại Paris, tâm hồn tôi tưởng như đều dệt bằng ước mơ, nên thơ nên nhạc... Ngoài những khi dạo chơi trên đại lộ Elyssé hay những phút ngồi ngắm dòng sông Seine lững lờ trôi chảy dưới chân cầu Alexandre, lòng tôi háo hức nghĩ về Làng. Còn đường về Làng ra sao thì đã nhớ nằm lòng những chỉ dẫn cặn kẽ của sư cô Chơn Không, lúc đó còn gọi là chị Phượng. Tên nhà ga chặng cuối của con đường về Làng hay hình ảnh để nhận ra xóm Thượng nằm giữa cánh đồng quê với hoa hướng dương nở rộ chung quanh...

Cơ hội được gặp mặt Sư Ông giữa lúc nửa bồn chồn nửa vui mừng đem lại một tâm trạng kỳ thú. Được gặp người thầy mà mới chỉ qua những trang sách, tôi đã mê *Đạo Phật Đi Vào Cuộc Đời, Đạo Phật Ngày Nay, Đạo Phật Hiện Đại Hóa*... Đã chịu sức thuyết phục mạnh mẽ từ những trang sách này về một nhận thức mới, một hướng đi mới của nhà Phật và còn mong thể nghiệm trong việc định hướng con đường tu tập cũng như công tác hoằng pháp lợi sanh cho chính mình nữa. Thế rồi, sau hơn một tháng 2 ngày, tôi học được chút đỉnh làm "tư lương" cho mình, trong đó phải kể đến nội dung quan yếu là chánh niệm hay tỉnh thức. Điều "sở đắc" này được thể hiện trong bài kệ kiến giải tôi trình lên Sư Ông trong ngày thọ pháp nhận truyền đăng năm 1994, được minh thị trong khuynh hướng thực tập tại đạo tràng Phổ Từ và thể hiện trong đôi câu quốc ngữ nơi mặt tiền chánh điện:

Trì tụng chân kinh tập nhìn sâu để hiểu
Thực hành chánh niệm nguyện thấy rõ mà thương.

Gần gũi hơn nữa, trong điện thư của tôi, câu thủ đắc trên hiện diện hơn là ý nghĩa một tiêu đề: Chánh niệm là trái tim của sự sống. Như thế, theo tôi, không có chánh niệm, sự có mặt trên đời không còn đầy đủ ý nghĩa tồn tại. Nói theo ngôn ngữ của nhà thiền, còn sống mà xem như đã tuyệt diệt.

Chánh niệm là gì mà quan trọng như vậy? Bạn à, đó là một chi trong bát chánh đạo, mà người tu tập thì không thể không biết đến. Chánh niệm giúp mình tiếp xúc với giây phút hiện tại với mục đích chính là làm chủ tâm mình, giữ vững ba nghiệp cho được thuận hòa, vui vẻ. Từ đó, mình nắm vững sự sống trong tay, không tự đánh mất mình. Nhận thức xem ra không mấy phức tạp nhưng để thực thi thì cũng tùy duyên đòi hỏi một quá trình. Về Làng, tôi từng bước lắng nghe, suy nghĩ rồi làm theo. Trước hết, tập nương lòng vào tiếng chuông, rồi nhìn cách Sư Ông đi đứng mà tâm niệm làm theo. Ban đầu thấy lạ, lần lần thấy hay hay, rồi khi trải qua một vài kinh nghiệm bản thân thì thấy chính nhờ chánh niệm mà khi suy nghĩ, hành động, đối ứng, bớt vụng về, lầm lẫn, nghĩa là bớt được nghiệp xấu. Vốn sẵn ngưỡng mộ tài năng Sư Ông nên thời gian được thọ huấn tại Làng Mai không lâu nhưng lòng tôn kính ngày thêm gấp bội khi nhận ra thêm nơi người, khả năng và phương pháp truyền thụ xuất sắc, lòng trao gửi chân thành bao la dành cho thế hệ kế thừa và hơn nữa luôn mang phong cách khác thường của một bậc trí giả. Với tôi, kỷ niệm dưới đây mới thật khó quên. Lúc đó, làng Mai còn nhỏ và phương tiện đơn sơ lắm, mới có hai xóm Thượng và Hạ. Tôi ở xóm Thượng, chỉ là căn nhà hai tầng, tầng dưới là nhà bếp và phòng ăn. Tôi tình nguyện vào Ban Vệ sinh, làm việc chung với mấy người bạn, Việt và Tây phương, trong đó có bạn Linh Thoại thân mến của tôi. Tôi thường thấy nước trong nhà bếp cứ chảy tràn ra đường đi lắm lúc trở nên lầy lội khi mưa xuống, nên bạch với Sư Ông: cho con khai thông cái rãnh đó, có được không, xin Sư Ông quyết định. Sư Ông trả lời nhỏ nhẹ: thì nhờ thầy quyết định giùm tui đi! Đó là cung cách nhà chùa, làm việc gì, cũng phải bạch xin phép Thầy và trưởng thượng. Nhưng trong bụng tôi thầm nghĩ và mừng thầm, được Thầy đồng ý ngay như thế cũng là được Thầy tin tưởng rồi. Mãi đến gần 20 năm sau, năm 2004, khi tôi dẫn thầy Pháp Đức và sư cô Pháp Châu về tu viện Lộc Uyển để xin thọ đại giới trong đại giới đàn Lâm Tế, theo cung cách và luật lệ của chốn thiền môn, tôi cũng phải tác bạch lên Hội đồng Truyền giới, khi nghe lời dạy của Sư Ông thì niềm vui trọn vẹn mới dạt dào trỗi dậy trong lòng. Sư Ông nói, nguyên văn: "điều gì mà thầy Từ Lực đã bảo lãnh thì chúng tôi xin hoan hỷ" nghĩa là chấp thuận vì có thương, có hiếu, tình nghĩa thầy trò mới gắn bó với nhau. Thì ra, tất cả đều nhờ hai chữ chánh niệm, mà tôi đã cố gắng thực tập từ lúc đặt chân về Làng.

Thật ra, thì trước đó, tôi đã được dạy về bát chánh đạo, có đọc sách nên cũng hiểu điều này nhưng chỉ mới hiểu về lý thuyết, mà thiếu thực hành, hoặc thực hành mà không có ý thức rõ rệt, là phải nương vào hơi thở để thiết lập chánh niệm, giữ vững tâm ý trong đời sống hàng ngày.

Có niệm thì sẽ sanh ra định và tuệ, nhờ đó mà mình tăng thêm năng lực tâm linh đưa đến vững chãi và an lạc. Khi đối diện với những phiền não, ý chí dễ bị lung lay nên sanh ra bực bội, thậm chí có thể vọng động nữa. Mấy năm sau, tôi đã tận mắt chứng kiến nên càng thêm tin tưởng vào sự thực tập để có thể thiết lập, duy trì sự hiểu biết, cảm thông, bao dung trước những điều dị biệt, bất đồng hay hơn thế, đối kháng. Hôm đó, ở một khóa tu tại thành phố Seattle, tiểu bang Washington, có một số người khác chánh kiến, tụ tập biểu tình chống đối ngoài lề đường, trước hội trường. Trong buổi giảng, tôi không thấy Sư Ông tỏ thái độ ưu tư, buồn phiền gì cả. Người vẫn kêu gọi đại chúng nghe chuông, ngồi yên thực tập chánh niệm với những bài kệ căn bản của thiền tập. Khi rời khỏi địa điểm, tôi ngồi sau Sư Ông trong chiếc xe van từ từ ra cổng. Giữa tiếng la ó, đả đảo, tôi thấy Sư Ông vẫn trầm tĩnh ngồi yên, không để lộ sắc mặt hay thái độ khác thường nào mà cũng không lên tiếng cho đến khi về đến chùa. Vẫn với thái độ an nhiên và giọng nói chậm rãi thường lệ, quen thuộc, Sư Ông căn dặn chúng tôi cứ theo chương trình đã soạn thảo để tiếp tục hướng dẫn tu học cho các tăng thân khác. Bình tĩnh trước nghịch cảnh, chướng duyên, như thế không chỉ đem lại cách xử thế đúng đắn, làm tăng phẩm cách con người mà trên bình diện xã hội là cách góp phần đem lại cách giải quyết vấn đề trong an lành và hiểu biết.

Phải chăng, người đã đem lại cho tôi bài học khai tâm về chánh niệm tại Làng Mai cũng là người đã thể hiện được đầy đủ và trung thực việc thực hành hoàn hảo bài học ấy.

Với tôi, thực tập chánh niệm là một kinh nghiệm cá nhân, dành cho mình trước hết. Để hiểu mình rõ hơn, biết được những tâm tư, mơ ước của riêng mình, từ đó mình sống trong an vui, hòa hợp, cống hiến hay đóng góp vào sự thăng tiến xã hội hay làm cho cuộc đời thêm ý nghĩa. Tôi đang nghĩ về mười hạnh nguyện của ngài Phổ Hiền đây. Ngài tu hạnh bồ tát. Ngài thấy chúng sanh đang đau khổ nên phát tâm cứu độ, chỉ dạy tu tập qua mười điều thực tập.

Nhất giả lễ kính chư Phật. Nhị giả xưng tán Như lai. Lạy Phật, niệm danh hiệu Phật là để tỏ lòng tôn kính đối với đấng đạo sư, bậc giác ngộ. Cùng lúc, mình cũng nhận ra bản tánh giác ngộ trong con người mình, trong mỗi người. Từ đó, ta tôn trọng chính bản thân, đây là sự tự trọng. Biết tự trọng, mình sẽ không dối trá để bị khinh khi, không làm điều xấu xa để mọi người xa lánh. Biết rõ con người của mình để cố gắng tránh xa cái dữ, giữ gìn phẩm hạnh, biết cách để sống vui, sống khỏe, sống thảnh thơi.

Tiến xa một chút nữa, bát giả thường tùy Phật học. Muốn phát triển chánh niệm, giới, định, tuệ đến nơi viên mãn thì chúng ta cần học hỏi không ngừng. Tùy duyên, tùy thời mà phát tâm học hỏi những điều hay, cái lạ của cuộc đời để làm giàu thêm kiến thức, làm mạnh nội lực cho đời sống tâm linh. Người ham học hỏi là một người mong cầu tiến bộ, nên thăng tiến trên đường đạo và vững tâm giữa cuộc đời. Sự học như chiếc thuyền ngược sóng, không tiến ắt phải lùi. Chánh niệm dạy cho con người bài học quý, nên ở đâu, lúc nào, có cơ hội là họ mở lòng học hỏi ngay cả khi lâm vào hoàn cảnh trái ý, buồn lòng và dù là những việc nhỏ nhặt. Một em học sinh lớp nhỏ bán kẹo để lấy tiền giúp người nghèo, là một việc làm có ý nghĩa tương trợ. Bồ tát tán thưởng. Một người nghèo dành dụm từng đồng bạc cắc để hành pháp bố thí ba la mật, dâng cúng ngọn đèn lên Phật, từ tâm thanh tịnh, nên thần thông của ngài Mục kiền liên không thổi tắt được!

Cuối cùng, thập giá phố giai hồi hướng. Tất cả đều do nhân duyên tạo thành, không có gì là riêng do bản ngã mình cả nên người hành trì buông xả tất cả, nguyện hồi hướng cho chúng sanh mọi loài đều thành chánh giác. Đây mới là thái độ của người đắc pháp. Có chánh niệm thì chúng ta học được những bài học của bậc giác ngộ, để tiến tu đạo nghiệp, đem lại lợi lạc cho muôn loài. Trước hết là tự xét bản thân mình, không đổ lỗi cho người, mà trái lại tự nhận lấy trách nhiệm trong tinh thần nhân quả. Sư Ông dạy cho tôi bài học này trong một dịp ở nhà anh Hoan tại San Jose. Năm đó tôi 32 tuổi, nghĩa là còn rất trẻ, và tánh tôi thích mẫu mực, bạn bè hay gọi là một perfectionist, con người cầu toàn (đến mức độ nào thì đến bây giờ, tôi cũng chưa rõ.) Làm việc gì, dù lớn nhỏ, tôi đều dự tính, chuẩn bị kỹ lưỡng, khi thực hiện thì cố gắng hết sức để đạt được kết quả như ý muốn. Vì vậy, khi không được hoàn tòan đúng ý mình thì buồn bực. Cũng có khi, vì quá chủ quan, tôi thấy mình đúng và... cả thiên hạ đều sai, nên cũng không vui! Chính Sư Ông đã tinh tế theo dõi nên nhận ra điểm này nhưng người tế nhị không tìm cách sửa sai tôi trước đám đông hay trong các khóa tu học. Sư Ông chờ thời cơ thuận tiện! Hôm đó, khi kết thúc ngày tu học ở Kim Sơn, sau bữa ăn chung, có dịp chuyện trò tâm tình với nhau, và lựa lúc không có nhiều người, Sư Ông mới nói với tôi: Thầy Từ Lực ơi, có giấy bút không, vẽ giùm cho một hình vuông. Ban đầu, tôi có chút ngạc nhiên nhưng vẫn làm theo lời dạy. Đợi tôi vẽ xong, Sư Ông mới cầm cây bút chì, nhẹ nhàng vẽ một hình vuông, mà theo tôi, thì không được vuông vắn lắm! Bạn ơi, tôi chợt hiểu ra, theo tinh thần của kinh Kim Cang, thì không vuông lắm mới thật là vuông, phải không? Tôi hiểu ý Sư Ông, chắp tay cúi đầu cám ơn Sư Ông đã dạy bảo. Sư Ông mỉm cười. Một công án vừa ra đời và thật là giây phút đẹp tuyệt vời trong sự cảm thông giữa thầy trò. Sư Ông không biện bác, giải thích dài dòng, chỉ lấy tâm mà chuyển tâm thôi. Tôi đòi hỏi hoàn hảo cho một việc làm (phương tiện) vì mình còn nhắm đến mục đích thực hiện (cứu cánh), còn Sư Ông thì đã thấy cả phương tiện và cứu cánh có mặt cùng lúc bên nhau. Tôi cặm cụi, cố gắng hết sức để kẻ từng cạnh và góc của hình vuông cho đúng 90 độ, mới gọi là vuông, theo ý riêng mình. Trái lại, Sư Ông không quan tâm đến góc vuông cạnh thẳng nên chỉ thong dong đi một đường "lả lướt" trên mặt giấy cho cái gọi là hình vuông hiện hữu. Từ đó, tôi thay đổi, không quá "khó khăn" với những người khác. Bạn biết không, tôi tiếp tục thực tập, mãi đến mấy năm nay, tôi mới đưa ra phương pháp "15% discount", nghĩa là luôn luôn cho người khác một không gian để thở, một khoảng trống để cảm thấy thoải mái, vui vẻ. Tôi bớt giận, bớt buồn nhiều. Bạn không tin à, xin đi hỏi những người lái xe trên xa lộ I-880 đi, họ sẽ nói rằng, khi lái xe, tâm tôi luôn hoan hỷ và biết nhường nhịn cho người nào tóc bạc trắng, là bạn của bác Tâm Di, hay anh tài xế xe 18 bánh, là bạn của anh Thiện Hiền, những đạo hữu trong chùa tôi.

Tóm lại, bài học ban sơ tôi nhận được ba mươi năm trước tại Làng Mai vẫn còn giữ nguyên sức thu hút của buổi đầu. Muốn có chánh niệm làm ngọn đuốc dẫn dắt cuộc đời mình đi về nẻo tốt, đường vui thì mình phải thực tập trong từng thời khắc của đời sống. Chính ngay giây phút hiện tại, mình là ma hay Phật tùy theo tâm mình hướng về đâu. Chánh niệm để thấy được sai sót, lầm lẫn hầu hoàn thiện bản thân. Lời dạy của đức Thế tôn trải qua hơn 2, 500 năm, đến nay, mọi người trên thế gian này vẫn thấy có công năng mang lại tình thương, đem đến bình an, giúp xoa dịu những khổ đau vì mọi nguyên nhân trong đó có chiến tranh, kỳ thị.

Giờ đây, Sư Ông tuổi gần 90, thân thế hao mòn theo tuế nguyệt nhưng chắc chắn những bài học thực tiễn giúp người tu học nhắm đến hướng đi an lành, thể hiện trong từng trang sách của trên 100 tác phẩm, sẽ có ý nghĩa của ánh sáng ngọn đèn không tắt, của ánh lửa bất tận, cần thiết với bao người còn trông cậy, nương nhờ.

Riêng tôi, nguyện theo bước chân Thầy, giữ vững đường tu của người xuất gia, theo lời Thầy dạy mà sống trong chánh niệm, bốn ơn xin ghi nhớ, ân nghĩa sâu xa xin nguyện đáp đền, có được chút hoa trái nào nguyện dâng lên ngôi Tam bảo thành tâm cầu nguyện muôn loài cùng vượt sông mê, cùng về bến giác.

Thích Từ-Lực
Chùa Phổ-Từ, Hayward

Bậc Tôn Sư Cao Cả

Thấy Thầy bịnh con vô cùng xúc động,
Với tuổi đời đã bát thập cửu niên.
Kể từ khi Thầy khai sáng dòng thiền,
Giúp nhiều người vào con đường chánh niệm.
Suốt một đời Thầy chuyên tâm tu luyện,
Đem hết sức mình, hoằng pháp lợi sanh.
Đủ thiện duyên con may mắn nương gần,
Được hướng dẫn tu theo lời Thầy dạy.
Đệ tử Thầy khắp nơi nhiều biết mấy,
Đông cũng như Tây theo bước chân Thầy.
Suốt cuộc đời Thầy du hóa đó đây,
Xây dựng Tăng thân nhiều nơi trên thế giới.
Hiện pháp lạc trú giúp mọi người đi tới,
Sống an lành trong mỗi phút, mỗi giây.
Biết bao người thực tập pháp môn này,
Chuyển hóa tự thân, thoát vòng phiền não.
Sách Thầy viết rất thâm sâu, uyên áo,
Để lại cho đời pháp bảo quý trân.
Hạnh nguyện rộng sâu, đồng sự lợi hành,
Qua từng buổi thiền hành, thiền tọa.
Thầy chính là bậc Tôn Sư cao cả,
Như tàng cây chim chóc được nương thân.

Về bên Thầy chúng con được an bình,
Nhờ ảnh hưởng của Vô Hành Đạo Đức.
Lòng tự dặn lòng, sống đời tỉnh thức,
Hầu đáp đền muôn một chút thâm ân.

Xóm Hạ, 21. 11. 2014

Chỉ Là Biểu Hiện

Thầy thị hiện bịnh duyên
Cho chúng con thực tập
Qua giáo lý tương tức
Vô ngã và vô thường
Để chúng con rõ hơn
Về những gì Thầy dạy
Như đám mây và nước
Đâu có sai khác gì
Dù có đến có đi
Cũng chỉ là biểu hiện
Giúp chúng con tu luyện
Để thấy Thầy trong con
Mỗi hơi thở, bước chân
Vững chãi và an bình
Là có Thầy ở đó
Chẳng phải không, phải có
Chẳng phải đến, phải đi
Mai kia có điều gì
Vắng Thầy trong cõi thế
Chúng con nguyền tiếp bước
Hạnh nguyện lớn của Thầy
Qua mỗi phút, mỗi giây

*An trú trong hiện tại
Đây chính là hoa trái
Dâng lên cúng dường Thầy
Mong Thầy chứng nơi đây
Tấm lòng thành, đệ tử.*

20. 11. 2014

Lắng Nghe

Về thiền thất lắng nghe
Hồi chuông ngân hôm sớm
Tiếng thông reo thì thào
Như mừng vui đón chào
Hôm nay con trở về
Trong thiền thất lắng nghe
Chung quanh có bạn bè
Cùng trở về lắng nghe
Lắng nghe tiếng triều dâng
Lắng nghe gió thì thầm
Lắng nghe chim ca hát
Lắng nghe thấu nguồn tâm

Mong Thầy Bình An

Thấy tâm nguyện của nhiều đệ tử,
Muốn về Làng thăm viếng Sư Ông.
Thật là những kẻ có lòng,
Nghe tin Thầy bịnh, ước mong về Làng.
Đảnh lễ Thầy, vấn an đại chúng.
Trong những lúc hoạn nạn thế này.
Cao quý thay hạnh đức Thầy!
Khắp nơi thế giới mong Thầy bình an
Cầu mong Thầy gặp thuốc thang
Chữa lành căn bệnh, an toàn khỏi nguy.
Với hạnh đức Từ bi rộng lớn,
Với tấm lòng mong muốn Tăng thân.
Chắc rằng Thầy được an lành,
Tiếp tục hạnh nguyện độ sanh cứu đời.
Tâm thành ghi lại mấy lời,
Qua dòng cảm xúc, mong Người chứng tri!

16-11-2014

Thầy Cô Giáo Hạnh Phúc Sẽ Làm Thay Đổi Thế Giới

Pháp thoại của Sư Ông Làng Mai ngày 27. 10. 2014 trong khóa tu chánh niệm dành cho thầy cô giáo và các nhà giáo dục được tổ chức tại Làng Mai từ ngày 25/10 - 1/11/2014 (được chuyển ngữ từ tiếng Pháp)

Các bạn thân mến, các đồng nghiệp thân mến,

Chào mừng quí vị đến tham dự khóa tu tiếng Pháp dành cho giới giáo chức và các nhà giáo dục. Tôi cũng là một giáo viên và tôi rất yêu nghề. Quí vị cũng yêu nghề của mình, đó là một điều rất quí! Quí vị muốn xây dựng những con người trẻ, lành mạnh, có khả năng tạo dựng hạnh phúc cho mình và cho những người chung quanh. Nhiệm vụ của chúng ta không chỉ là trao truyền kiến thức mà còn là xây dựng con người, xây dựng một xã hội nhân bản để có thể chăm sóc hành tinh yêu quí của chúng ta.

Tôi có rất nhiều may mắn vì những người trẻ đến với tôi đều có cùng một lý tưởng. Họ muốn học cách chuyển hóa tự thân, sống hạnh phúc và giúp cho những người khác cũng sống hạnh phúc như mình. Mỗi khi vào lớp, tôi luôn cảm thấy hạnh phúc vì giữa thầy và trò có sự cảm thông, có tình huynh đệ, điều này giúp cho công việc trao truyền và tiếp nhận trở nên dễ dàng hơn rất nhiều. Tôi hỏi thăm các đệ tử về đời sống của họ và tôi cũng kể cho họ nghe những khó khăn cũng như những ước mong của tôi, vì vậy luôn luôn có sự truyền thông giữa thầy và trò.

Những khó khăn trong công việc giáo dục

Chúng ta biết những đứa con và những học sinh trong thời đại của chúng ta có rất nhiều nỗi khổ niềm đau trong lòng tại vì cha mẹ chúng đau khổ. Cha mẹ không truyền thông được với nhau hay giữa cha mẹ và con cái không dễ dàng nói chuyện được với nhau. Trong đứa con có sự cô đơn, trống vắng và chúng tìm cách khóa lấp chỗ trống bằng những trò chơi điện tử hay những thú tiêu khiển khác mà quí vị cũng đã biết. Trong những người trẻ có rất nhiều nỗi khổ niềm đau và điều này làm cho công việc giáo dục trở nên khó khăn hơn.

Chính chúng tôi cũng gặp rất nhiều khó khăn. Chúng tôi đã cố gắng hết sức của mình nhưng thật là khó khi mà môi trường, gia đình và những đồng nghiệp hợp tác với chúng tôi cũng có rất nhiều khó khăn trong bản thân họ. Nếu những giáo chức, những đồng nghiệp không có hạnh phúc thì làm sao họ tạo được hạnh phúc cho những người trẻ? Đó là một vấn đề lớn!

Chúng ta không có đủ sự kiên nhẫn, sự hiểu biết, sự tươi mát và tình thương để đối đầu với vấn đề đó. Chúng ta cần một chiều hướng tâm linh giúp cho ta chuyển hóa tự thân, rồi sau đó có thể giúp chuyển hóa những người chung quanh, mà đầu tiên là những thành viên trong gia đình ta hay người bạn hôn phối của ta. Nếu thành công thì chúng ta sẽ trở nên dễ chịu hơn, tươi mát hơn, có tình thương nhiều hơn. Ta sẽ có khả năng giúp cho những đồng nghiệp cũng làm được như mình và ta sẽ đem sự thực tập vào lớp học.

Như vậy bước đầu tiên là làm một cuộc trở về, trở về với tự thân. Mình tìm một lối ra, nhưng "lối ra nằm ở đường vào nội tâm" (The way out is in).

Bước đầu tiên là trở về chăm sóc tự thân

Trở về với tự thân để chăm sóc cho mình, để có khả năng xử lý những khó khăn trong mình. Có những phương pháp mà chúng ta có thể cùng nhau thực tập với nhiều niềm vui. Bằng hơi thở chánh niệm, ta đem tâm trở về với thân. Trước hết ta trở về chăm sóc hình hài của mình. Trong thân ta có nhiều căng thẳng và đau nhức. Sự thực tập trở về với thân giúp cho ta nhận diện được rằng trong thân của ta đang có sự căng thẳng, đau nhức và ta thở như thế nào để làm lắng dịu sự đau nhức đó. Chỉ cần thực tập trong một giờ đồng hồ cũng đã giúp được cho ta rất nhiều.

Bụt dạy cho ta phương pháp: "Thở vào, tôi ý thức rõ rệt về thân thể tôi. Thở ra, tôi buông thư những căng thẳng trong thân thể tôi". Tôi trở về với hình hài của tôi, hình hài tôi là một mầu nhiệm nhưng nó không có đủ sự bình an trong giờ phút này.

Nếu không có sự bình an trong thân thì cũng không có sự bình an trong tâm. Thân và tâm là một. Chúng ta phải bắt đầu bằng sự thực tập trở về với thân. Ta có thể thực tập buông thư trong những tư thế đi, đứng, nằm, ngồi. Đây là điều chủ yếu. Ta có thể thực tập khi ngồi trong xe bus hay trong xe hơi. Ta cũng có thể thực tập khi chuẩn bị bữa ăn sáng hay khi rửa bát. Vì vậy ta có rất nhiều thì giờ để thực tập buông thư. Điều này rất là quan trọng!

Có những bài thực tập giúp cho ta nhận diện được những mầu nhiệm của sự sống và vẻ đẹp của thiên nhiên đang có mặt trong giây phút hiện tại. Nếu ta thở vào một hơi và đặt hết sự chú tâm vào hơi thở vào thì ta đã có thể ngưng lại tất cả sự suy tư. Chúng ta suy tư rất nhiều nhưng những suy tư của ta đều không có lợi ích. Càng suy tư thì ta càng trở nên lộn xộn hơn."Tôi suy tư nên tôi không thật sự có mặt, tôi suy tư nên tôi đánh mất mình trong sự suy tư đó" (Je pense donc je ne suis pas vraiment là, je pense donc je suis perdu dans ma pensée).

Nếu chỉ chú tâm vào hơi thở vào thì dù hơi thở vào đó chỉ kéo dài trong hai hay ba giây đồng hồ đi nữa thì ta cũng ngưng được sự suy tư. Ta có tự do đối với quá khứ, đối với tương lai, đối với những dự án trong hiện tại và hơi thở vào đó có thể rất dễ chịu.

Một hơi thở vào có thể rất dễ chịu đối với người thực tập. Mình đang còn sống, mình đang thở vào. Đó là một mầu nhiệm! Những người đã chết không còn thở vào được nữa. Tôi đang thở vào, tôi đang còn sống. Và còn sống là một mầu nhiệm, mầu nhiệm lớn nhất trong tất cả những mầu nhiệm trên thế giới. Ta có niềm vui khi thở vào. Trong khi thở vào ta đem tâm trở về với thân. Trong đời sống hàng ngày, thường thì thân ta ở đây mà tâm ta thì ở chỗ khác, tâm ta rong ruổi đi về quá khứ, hoặc tương lai, hay đắm chìm trong những dự án, trong sự giận hờn. Tâm không ở cùng với thân và như vậy thì ta không thật sự sống.

Tâm phải ở cùng với thân để ta có thể thật sự có mặt và sống sâu sắc mỗi giây phút của đời sống. Khi thân và tâm là một thì ta hoàn toàn có mặt và ta nhận diện được những mầu nhiệm của sự sống đang có mặt đó cho ta, như mặt trời, cây cối, chim muông... Vương quốc của Thượng đế đang có mặt bây giờ và ở đây. Đây là sự nhận diện đơn thuần những mầu nhiệm của sự sống. Và ta nhận ra rằng mình có nhiều may mắn hơn nhiều người khác, mình may mắn được sống hạnh phúc bây giờ và ở đây. Nếu có thì giờ quí vị có thể lấy một tờ giấy rồi viết xuống những điều kiện hạnh phúc mà mình đang có, mà mình không cần phải chạy đi tìm trong tương lai. Tôi tin chắc là một tờ không đủ đâu, hai tờ không đủ mà ba hay bốn tờ cũng không đủ. Quí vị có rất nhiều may mắn và có rất nhiều điều kiện hạnh phúc."Hạnh phúc có thể có được ngay bây giờ và ở đây", đó là lời Bụt dạy. Người Pháp cũng có câu: Qu"est-ce qu"on attend pour être heureux? (Chúng ta còn chờ gì nữa để có hạnh phúc?)

Sự thực tập giúp chúng ta nhận diện được những mầu nhiệm của sự sống, vương quốc của Thượng đế và những điều kiện hạnh phúc đang có mặt. Ta có thể chế tác được niềm vui và hạnh phúc bất cứ ở đâu, bất cứ lúc nào. Một người thực tập chánh niệm giỏi có khả năng chế tác niềm vui và hạnh phúc bất cứ lúc nào. Đó là nghệ thuật hạnh phúc, rất dễ dàng và giản dị mà ai cũng có thể làm được.

Nghệ thuật khổ đau

Ngoài ra có một bài thực tập dành cho trường hợp khi có một cảm xúc đau khổ phát sinh. Khi một cảm xúc khổ đau bắt đầu đi lên thì ta thở như thế nào để chế tác được năng lượng của chánh niệm. Năng lượng này giúp cho ta nhận diện, ôm ấp cảm xúc đó một cách dịu dàng. Vài phút thực tập đã có thể đem đến cho ta sự lắng dịu. Điều này rất là quan trọng!

Ta phải lắng nghe nỗi khổ niềm đau trong thân, trong cảm thọ và trong tâm của mình. Người kia cũng vậy, người kia cũng có nỗi khổ niềm đau trong họ. Vì vậy cho nên lời nói và hành động của người đó đã làm cho ta đau khổ. Chỉ vì người kia không biết cách xử lý nỗi khổ niềm đau của chính mình chứ họ không cố ý làm cho ta đau khổ. Nhưng là người có tu tập chúng ta biết cách xử lý nỗi khổ niềm đau của mình.

Xử lý khổ đau là một nghệ thuật. Chúng ta nói tới nghệ thuật hạnh phúc nhưng cũng có thể nói tới nghệ thuật khổ đau. Chúng ta phải học cách khổ đau. Người biết cách thức khổ đau thì khổ ít hơn nững người khác. Quí vị hãy tin tôi đi: Ai biết cách khổ đau thì khổ ít hơn những người khác. Đó là một sự thật! Nếu mình có khả năng thấy được nỗi khổ niềm đau trong người kia thì mình sẽ không còn khổ nữa: "Tội cho người đó, tội cho bạn tôi, tội cho đồng nghiệp của tôi, họ có bao nhiêu là khổ đau trong lòng mà không biết cách để xử lý. Họ khổ và làm khổ luôn những người khác."Nhìn được như vậy thì tự nhiên trong mắt của mình có từ bi. Khi có từ bi thì mình sẽ không đau khổ nữa. Từ bi là liều thuốc chữa trị được sự giận hờn.

Chúng ta có thể chế tác được năng lượng từ bi một cách dễ dàng. Chỉ cần thấy được nỗi khổ niềm đau trong người kia thì trong trái tim ta ứa ra tình thương đối với họ và ta có thể mỉm cười một cách dễ thương với người kia. Người kia sẽ rất ngạc nhiên và tự hỏi:"Tại sao anh ta có thể làm được như vậy? Trong trường hợp này những người khác sẽ phản ứng lại một cách giận dữ, nhưng sao mà anh ta lại có thể dịu dàng, tươi cười và đầy lòng thương như vậy?" Khi đó, chúng ta có cơ hội giúp được cho những người khác. Làm một cuộc trở về là bước thứ nhất. Sau đó ta có thể giúp cho người bạn hôn phối của mình hay những thành viên khác trong gia đình. Họ đã thấy được sự chuyển hóa của ta nên họ biết rằng nếu thực tập như vậy thì họ cũng sẽ thành công.

Thực tập ái ngữ và lắng nghe để tái lập truyền thông và đem lại sự hòa giải

Tái lập truyền thông và đem lại sự hòa giải là chuyện có thể làm được. Sự thực tập ái ngữ và lắng nghe giúp cho chúng ta thiết lập lại truyền thông và đưa tới sự hòa giải."Anh ơi, em biết là anh có rất nhiều khổ đau trong những năm vừa qua. Em đã không giúp gì được cho anh mà còn làm cho tình trạng trở nên tệ hại hơn. Em xin lỗi anh! Em không cố ý làm cho anh khổ. Nhưng em đã không thấy và không hiểu được nỗi khổ niềm đau trong anh, vì vậy anh phải giúp cho em. Anh phải nói cho em biết những gì trong lòng anh, những khó khăn và những khổ đau của anh. Em tin chắc rằng nếu hiểu được khổ đau trong anh thì em sẽ không hành xử như em đã từng làm những năm qua. Anh phải giúp cho em. Anh phải nói cho em biết những gì chất chứa trong lòng." Đó là ái ngữ, là chìa khóa để mở cửa trái tim của người kia. Sự thực tập này rất là hiệu nghiệm, cho dù là giữa hai người đã có khó khăn trong 5 năm rồi. Người kia sẽ nói cho ta biết những gì trong trái tim họ và bây giờ ta có thể thực tập như Bồ tát Avalokiteshvara (Bồ tát Quán Thế Âm): Chỉ lắng nghe thôi và lắng nghe với tâm từ bi. Lắng nghe với tâm từ bi có mục đích: Giúp cho người kia trải hết lòng ra để cho họ bớt khổ.

Nếu người kia có những cái thấy sai lầm thì ta cũng không nên cắt ngang. Ta phải để cho người kia nói. Sau này, nếu có thì giờ thì ta sẽ cung cấp vài dữ kiện để người kia thấy được tri giác sai lầm đó, nhưng bây giờ thì chưa. Bây giờ là lúc mình thiết lập lại truyền thông và hòa giải với nhau.

Sau này, khi các giáo chức hợp tác với nhau và khi các giáo chức hợp tác với gia đình của họ thì chúng ta sẽ tiến thêm một bước nữa. Chúng ta có thể đến gần với môi trường của sở làm, trong đó có những đồng nghiệp và những học sinh của mình. Chúng ta biết rằng phần đông những bạn đồng nghiệp của mình cũng mang nỗi khổ niềm đau trong lòng. Vì vậy nếu có sự hiểu biết và lòng từ bi thì mình sẽ đỡ khổ hơn khi những người đó "bùng nổ" với mình.

Mỗi giáo chức phải là một người xây dựng Tăng thân

Chúng ta phải nghĩ tới việc xây dựng tăng thân, tức là một đoàn thể trong đó có những đồng nghiệp hay những người làm việc trong trường học, có thể là 3 hay 4 người mà ta truyền thông được dễ dàng nhất. Chúng ta phải xây dựng một tăng thân. Chúng ta phải cùng đến với nhau để có thể tiếp tục sự thực tập, thực tập không phải với tính cách một cá nhân hay một gia đình mà là với tính cách một đoàn thể. Xây dựng tăng thân là công việc tối cần thiết. Chúng ta có thể đi thiền hành với nhau, uống trà với nhau hay làm một buổi thiền buông thư với nhau.

Chúng ta xây dựng một đoàn thể nhỏ gồm những thầy cô giáo có hạnh phúc, "thầy cô giáo hạnh phúc sẽ làm thay đổi thế giới". Và với cái tăng thân nhỏ bé đó ta có thể làm thay đổi cả tập thể của trường học. Chúng ta có thể viết một lá thư: "Chúng tôi là một nhóm người, chúng tôi đã thực tập như vậy, như vậy và đã đạt được nhiều sự chuyển hóa trong đời sống, trong việc làm cũng như trong lớp học. Chúng tôi nghĩ thật là tuyệt vời nếu quí vị cùng thực tập với chúng tôi". Như vậy những đồng nghiệp khác cũng sẽ bắt đầu nếm được cái gọi là sự bình an, tình huynh đệ và sự buông thư đó.

Chúng ta không thể tiếp tục như hiện nay, tại vì nếu các giáo chức không có hạnh phúc, không có sự bình an và sự hòa hợp với nhau thì làm sao mà mình giúp được cho những người trẻ bớt khổ và thành công trong sự học hành. Xây dựng một tăng thân là công việc tối cần và mỗi giáo chức phải là một người dựng tăng. Sau khi giác ngộ, công việc đầu tiên Bụt làm là xây dựng một tăng thân. Ngài biết rất rõ là nếu không có tăng thân thì mình sẽ không hoàn thành được sự nghiệp của một vị Bụt.

Giáo chức là một nghề rất cao quí, rất đẹp, rất đáng được kính trọng. Nhưng nếu không có một tăng thân thì mình cũng không làm được gì nhiều. Vì vậy xây dựng tăng thân là một việc tối cần!

Các bạn thân mến, chúng ta có một khóa tu, điều này rất là tuyệt vời. Chúng ta có cơ hội cùng thực tập với nhau những điều này. Tôi chúc các bạn có một khóa tu tốt đẹp và tuyệt vời. Xin cảm ơn các bạn.

Xem bản phiên tả bằng tiếng Pháp: http://maisondelinspir. over-blog. com/2014/11/les-enseignants-heureux-vont-changer-le-monde. html

Thư Pháp của Sư Ông Nhất Hạnh (Hình: Làng Mai)

Trường Đại Học Harvard Vinh Danh Thiền Sư Thích Nhất Hạnh

Người đi tiên phong và nỗ lực không mệt mỏi cho sự nghiệp phát triển trí tuệ, từ bi và hòa bình - Nhà lãnh đạo toàn cầu trong phong trào vì hòa bình, nhân quyền và sức khỏe cộng đồng.

Trong chuyến đi giảng dạy và hướng dẫn thực tập ở Bắc Mỹ năm 2013 của tăng thân Làng Mai, trường Đại Học Harvard đã tổ chức một khóa học hai ngày trong chương trình giáo dục thường xuyên (continuing medical education) dành cho các nhà tâm lý trị liệu. Các bác sĩ phải trả 475 đô-la Mỹ để tham dự khóa học hai ngày này; đối với các giới khác như các nhà tâm lý học, giáo chức, nhà văn, tác giả, khảo cứu gia, v. v. thì chỉ cần trả 395 đô-la Mỹ. Số người ghi tên tham dự lên tới 1100 người cho nên khoá học đã được tổ chức tại thính đường lớn của Boston Park Plaza Hotel, vào các ngày 11 và 12 tháng 9 năm 2013. Các giáo sư Christopher Germer, Judy Reiner Platt và Ronald D. Siegel là những vị phụ trách đứng ra tổ chức. Ban giảng huấn gồm có 14 vị: Thiền Sư Nhất Hạnh, Lilian Cheung, Alice Domar, Elissa Ely,

Christopher Germer, Devon E. Hinton, Judith V. Jordan, Jon Kabat-Zinn, David Leisner, Judy Reiner Platt, Susan M. Pollak, Ronal Siegal, David A. Sieberweig và Barent Walsh. Chủ đề của khoá học là Thiền Tập và Tâm Lý Trị Liệu(Meditation and Psychotherapy). Trường Đại Học Y Harvard (Harvard Medical School) đã đứng ra tổ chức khoá tu với sự cộng tác của tổ chức Cambridge Health Alliance Physicians.

Julio Frenk tặng Sư Ông tấm bản đồng danh dự (Hình: Làng Mai)

Ngày đầu, 11-09-2013, học viên được nghe các giáo sư thuyết trình; ngày thứ hai, 12-09-2013, là một ngày thực tập do tăng đoàn Làng Mai hướng dẫn, trong đó có thiền toạ, thiền hành, pháp thoại, động tác chánh niệm, ăn cơm chánh niệm, buông thư và vấn đáp.

Sáng ngày 12-09-2013, lúc 8:30 trước giờ pháp thoại, cả lớp được thực tập thiền hướng dẫn. Trước giờ pháp thoại, giáo sư

Julio Frenk, Trưởng khoa Sức khỏe Cộng đồng của trường Đại Học Harvard đã lên giới thiệu Thầy Nhất Hạnh.

Biển đồng danh dự do đại học Harvard kính tặng
(Hình: Làng Mai)

Tiếp đó Giáo sư Julio Frenk - đại diện trường Đại Học Y Khoa Harvard và tổ chức Cambridge Health Alliance đã trao tặng Thầy tấm biển đồng danh dự, công nhận Thầy là một người đi tiên phong và nỗ lực không mệt mỏi cho sự nghiệp phát triển trí tuệ, từ bi và hòa bình (to the most Venerable Thich Nhat Hanh for your pioneering and tireless efforts in cultivating compassion, wisdom and peace). Tấm biển đồng được ký tên bởi hai vị: Giáo sư Caroline Shields Walker, Trưởng khoa Y (Faculty of Medicine), và Giáo sư Jack D. Burke, Trưởng khoa Tâm Lý Trị Liệu của trường Đại Học Y Harvard.

Trong lời đáp từ, Thầy đã nói: "Cảm ơn sự tin tưởng và thương yêu của quý vị. Chúng tôi, tăng thân Làng Mai, luôn luôn học hỏi, thực tập và phụng sự như một đoàn thể, một cộng đồng, một tăng thân, nên sự tin tưởng, niềm thương yêu và vinh dự này là dành cho tất cả mọi thành phần của tăng thân, trong đó có hàng trăm vị đang ngồi trong thính chúng."

Cũng vào ngày hôm đó, Giáo sư Julio Frenk, Trưởng khoa trường Đại học Y tế Công cộng Harvard (Harvard School of Public Health) cũng trao tặng cho Thầy một chứng thư công nhận Thầy là một nhà lãnh đạo toàn cầu trong phong trào vì hòa bình, nhân quyền và sức khỏe cộng đồng (Harvard School of Public Health hereby recognizes Zen Master Thich Nhat Hanh as a global leader for peace, human rights, and health). Chứng thư có nội dung như sau:

"Trường Đại học Sức khỏe Cộng đồng Harvard bày tỏ lòng biết ơn sâu sắc đối với Thiền Sư Thích Nhất Hạnh về những lời dạy và pháp môn thực tập của Thiền sư nhằm thúc đẩy một hướng đi chánh niệm phục vụ cho sức khỏe và hạnh phúc của cộng đồng; cũng như về những đóng góp nhiều mặt của Thiền Sư với tư cách một học giả và một nhà hoạt động vì hòa bình cho thế giới."

Ngày thực tập chánh niệm đã diễn ra thật tốt đẹp, và năng lượng của chánh niệm, của niềm vui sống và của tình huynh đệ được chế tác rất hùng hậu.

*Chứng thư do giáo sư Julio Frenk, Trưởng khoa
của Đại học Sức khỏe Cộng đồng Harvard trao tặng
(Hình: Làng Mai)*

Đại học Hồng Kông Vinh Danh Thiền sư Thích Nhất Hạnh

Sáng ngày 13/3/2014, tại thiền đường Nước Tĩnh, xóm Thượng Làng Mai, Giáo sư Lap-Chee Tsui, Viện Trưởng (Vice Chancellor and President) Trường Đại Học Hồng Kông đã trao bằng Tiến sĩ Danh Dự trong lĩnh vực khoa học xã hội cho Thầy Làng Mai – Thiền sư Thích Nhất Hạnh để vinh danh những đóng góp của Thầy cho nền hòa bình thế giới.

Trong bài diễn văn tại buổi lễ, Giáo sư Michael Wilkinson thay mặt Ban Giám học của Trường đã phát biểu rằng: "Thiền sư Thích Nhất Hạnh đã dành trọn cuộc đời mình cho sự nghiệp nhân đạo và hòa bình trên thế giới. Thầy thực sự là một bậc thầy lỗi lạc và là nguồn cảm hứng lớn lao cho chúng ta ("Zen Master Thich Nhat Hanh has dedicated his life to humanitarian work and world peace. He is a truly remarkable and inspirational man").

Đại học Hồng Kông đã gửi thư mời Thầy sang Hồng Kông để nhận bằng Tiến sĩ Danh dự nhân Đại hội lần thứ 190 của trường (được tổ chức vào ngày 18/3/2014). Tuy nhiên, do thời gian này ở Làng Mai đang có khóa tu mùa xuân nên Thầy không sang được. Vì vậy mà đoàn đại biểu của Trường (gồm 7 người) đã bay từ Hồng Kông sang để trao tặng Thầy tấm bằng danh dự này.

Đại học Hồng Kông là một trong những trường đại học hàng đầu châu Á và xếp thứ 26 trên bảng tổng sắp các trường đại học danh tiếng trên thế giới (theo đánh giá của Quacquarelli Symonds World University Rankings năm 2013). Bằng Tiến sĩ Danh dự là học vị cao quý nhất mà Đại học Hồng Kông trao tặng để vinh danh các cá nhân có những đóng góp to lớn cho nhân loại và cho thế giới. Tổng tống Bill Clinton, Mẹ Teresa, Tổng thống Nelson Mandela, Giáo sư Hồ Thích (Trung Quốc), Cựu Thủ tướng Singapore Lý Quang Diệu, và Vua Edward VIII (nước Anh) là những người đã được Đại học Hồng Kông trao tặng học vị cao quý này.

Thông điệp dành cho các bạn trẻ

Trong bầu không khí ấm áp, thân tình, với sự có mặt của tứ chúng Làng Mai, Thầy đã có lời chia sẻ với đoàn đại biểu của Đại học Hồng Kông cũng như với các sinh viên của trường (được chuyển ngữ từ nguyên bản tiếng Anh):

"Chúng tôi rất cảm kích và biết ơn trường Đại học Hồng Kông đã dành cho chúng tôi vinh dự này. Cảm ơn quý vị đã trân quý và tin tưởng chúng tôi. Chúng tôi xin đón nhận tấm bằng danh dự này như một nghĩa cử của tình huynh đệ, lòng từ bi và nhân ái của quý vị. Chắc quý vị cũng biết Làng Mai không chỉ ở nước Pháp mà còn có mặt ở khắp nơi. Chúng tôi đã giúp thành lập hàng ngàn tăng thân thực tập chánh niệm trên thế giới. Ở Hồng Kông cũng đã có trung tâm tu học của

Làng Mai. Chúng tôi không hoạt động như một cá nhân mà luôn hoạt động như một Tăng thân. Vì vậy, vinh dự lớn lao này cũng thuộc về mọi thành phần của tăng thân.

Trong đạo Bụt, chúng tôi thực tập tuệ giác vô ngã. Nếu chúng tôi có thể làm được điều gì để giúp thế giới này thì đó là nhờ có tăng thân. Nếu không có tăng thân, chúng tôi không thể làm được gì cả. Đức Bụt sau khi thành đạo đã nhận ra điều này, vì vậy mà việc đầu tiên Ngài làm là đi tìm những thành phần để xây dựng tăng thân. Bụt là một bậc thầy về xây dựng tăng thân. Bụt biết rằng nếu không có một tăng thân thì Bụt khó có thể thực hiện được ước nguyện giúp đời của mình. Vì vậy mà Bụt đã dành rất nhiều thời gian để xây dựng tăng thân. Ngay trong năm đầu tiên sau khi thành đạo, Bụt đã thành lập được tăng đoàn với 1250 xuất sĩ và tăng đoàn đó không ngừng lớn mạnh.

Lần cuối cùng gặp Bụt, Vua Ba Tư Nặc đã thưa với Bụt là mỗi khi nhìn thấy tăng đoàn là vua lại có thêm niềm tin lớn nơi Bụt.

Khi tôi gặp mục sư Martin Luther King lần đầu tiên tại Chicago năm 1966, chúng tôi đã cùng nhau chia sẻ về việc xây dựng tăng thân, bởi vì Mục sư Luther King cũng biết rằng nếu không có một tăng thân thì chúng tôi không thể nào thực hiện được giấc mơ của mình. Thay vì sử dụng từ "tăng thân" (Sangha), Mục sư Luther King dùng từ "cộng đồng yêu quý" (beloved community). Lần thứ hai gặp nhau tại Geneva, chúng tôi cũng tiếp tục thảo luận về chủ đề này. Tôi đã nói với Mục sư Luther King là người Việt Nam xem Mục sư như một vị đại Bồ tát, một người suốt đời tranh đấu cho nhân quyền, cho công bằng xã hội. Tôi rất vui vì đã nói được điều đó với Mục sư Luther King, vì chỉ ba tháng sau đó thì Mục sư bị ám sát và không còn có thể tiếp tục sự nghiệp xây dựng tăng thân được nữa. Tôi đang ở New York thì nghe tin về vụ ám sát. Chuyện này làm cho tôi bị ốm một thời gian. Và tôi tự hứa với mình rằng tôi phải tiếp tục sự nghiệp xây dựng tăng thân, không chỉ cho tôi, cho chúng ta mà còn cho cả Mục sư Luther King nữa.

Điều mà tôi muốn nhắn gửi đến các bạn trẻ là: nếu các bạn có một giấc mơ lớn và muốn cho giấc mơ đó thành tựu thì các bạn cần có một tăng thân. Tăng thân là một đoàn thể mà ở đó có tình huynh đệ và sự hòa hợp. Muốn xây dựng được tăng thân, các bạn phải đầu tư rất nhiều thời gian và tâm sức mới có thể làm được. Gia đình cũng có thể là một tăng thân, trường học của các bạn cũng có thể là một tăng thân. Nếu có tình huynh đệ, có hiểu và thương thì chúng ta có thể thực hiện được giấc mơ của mình. Đó là lý do vì sao việc xây dựng tăng thân là dành cho tất cả mọi người. Dù anh là giám đốc của một công ty, anh cũng có thể biến công ty của mình thành một tăng thân – một đoàn thể mà ở đó mọi người có cơ hội học cách xây dựng tình huynh đệ, chế tác hiểu biết và thương yêu, chứ không phải chỉ là nơi để tìm kiếm lợi nhuận mà thôi. Chúng ta cần những nhà doanh nghiệp tham gia vào sự nghiệp xây dựng tăng thân để làm cho thế giới của chúng ta trở nên tốt đẹp hơn.

Làng Mai chúng tôi cũng là một trường học. Những gì chúng tôi học ở đây là làm thế nào để chế tác năng lượng bình an, chế tác niềm vui và hạnh phúc trong thân tâm. Chúng tôi cũng học cách xử lý những khổ đau trong tự thân. Bởi vì chúng tôi biết rằng nếu chúng tôi có thể làm được điều đó cho chính mình thì chúng tôi cũng sẽ giúp được cho những người khác. Vì vậy ở Làng Mai, thầy và trò cùng học với nhau, chúng tôi muốn xây dựng một tăng thân, một môi trường lành mạnh nơi mọi người có thể được nuôi dưỡng và chuyển hóa. Chúng tôi cùng nhau tổ chức những ngày quán niệm, những khóa tu để giúp cho mọi người đến tu học, thực tập và chuyển hóa, để có thể vơi bớt khổ đau trong lòng và tìm lại được niềm vui sống. Các khóa tu kéo dài trong một tuần, hoặc 2 – 3 tuần, hoặc 3 tháng. Chúng tôi luôn chứng kiến những chuyển hóa và trị liệu xảy ra trong các khóa tu.

Sự thực tập chế tác bình an, niềm vui và hạnh phúc trong đời sống hàng ngày cũng như thực tập xử lý khổ đau, sử dụng chất liệu khổ đau để chế tác hạnh phúc, đó chính là nguồn thức ăn rất lành mạnh nuôi dưỡng chúng tôi. Sử dụng bùn để trồng sen là nội dung học hỏi và thực tập của chúng tôi ở đây. Vì vậy mà việc học ở trong lớp chỉ là một phần nhỏ trong sự thực tập của chúng tôi. Chúng tôi còn học cách làm việc chung với nhau, học chơi đá banh, chơi bóng rổ với nhau, học nấu ăn hay tổ chức khóa tu cùng nhau. Trong khi làm việc hay chơi cùng nhau, chúng tôi chế tác tình huynh đệ, sự hòa hợp và bình an. Chính điều này nuôi dưỡng chúng tôi và nuôi dưỡng cả những người đến và thực tập cùng với chúng tôi.

Vì vậy mà điều đầu tiên tôi muốn nhắn gửi đến các bạn trẻ ngày nay là: nếu các bạn có một giấc mơ trong cuộc đời và muốn giấc mơ đó được thành tựu thì hãy xây dựng một tăng thân.

Điều thứ hai tôi muốn nhắn gửi đến các bạn trẻ là: hãy mở rộng tình thương của mình để ôm trọn cả hành tinh này, không nên giới hạn tình thương của mình chỉ với đất nước và dân tộc mình mà thôi. Chính tôi đã nhận ra rằng quê hương tôi là cả hành tinh này, cả trái đất này. Tôi không giới hạn tình thương của mình trong một dải đất ở châu Á có tên là Việt Nam mà thôi. Tôi đã được chuyển hóa và trị liệu rất nhiều nhờ vào cái thấy này. Có thể tình thương trong bạn còn quá nhỏ bé, bạn cần làm cho tình thương đó lớn rộng ra để bao trùm cả trái đất này. Đó là tình thương của một vị Bụt, tình thương của những bậc đại nhân như Mahatma Gandhi, Martin Luther King, Mẹ Teresa, v. v."

Đối thoại về Tuổi trẻ Ngày nay

Nhân dịp này, Thầy Làng Mai và Giáo sư Lap-Chee Tsui, Viện Trưởng Trường Đại Học Hồng Kông đã có buổi đối thoại về chủ đề Tuổi trẻ Ngày nay.

Wake Up:
The Awakening From Within

Tâm Thường Định

At dawn, everything is just about to wake up
The wind howls in the stillness of this earthy place
The ocean is forever powerful
The waves crash into the shore,
The foams are as white as the clouds.
The ocean is vast, immense and sacred
It is as deep and wide as the love of our father
It is vast and limitless as the love of our mother

Looking at the ocean, I realize how tiny we really are
We are but a small stream, flowing into the big sea
A sea of compassion, a sea of wisdom and a sea of awakening
Life is beautiful and ever-changing,
Like today"s rain following yesterday"s sunshine
Life is a constant change and as fragile as a drop of dew, as sea foam or as evening clouds
But we are lucky because we have all the basic conditions for happiness

From your feet, your breath, your lips to your eyes
From your brain, your heart, your mind to your healthy hands
From the hope and encouragement of your friends and family
From the everlasting care and love from your parents and ancestors,
Embedded with much pride, virtues and traditions
We must live to nourish our mind and heart
We must live to cultivate understanding, compassion and courage
We must live to make this world a better place for all.

At the Wake Up Retreat in San Francisco, CA. March, 2014.

Hãy Tỉnh Dậy

Tâm Thường Định

Hừng đông, vạn vật bắt đầu thức dậy
Gió hú trong cõi vắng
giữa sự tĩnh lặng của cõi trần
Đại dương muôn đời hùng vĩ
Sóng xô bờ bọt trắng như mây
Biển mênh mông sóng vỗ ngất ngây
Biển sâu rộng như tình Cha ngây ngất
Biển êm ả, mênh mang, vô tận
Và dạt dào như tình Mẹ đong đầy.
Nhìn ra biển, bao la và vời vợi
Ta thấy mình bé nhỏ, hạt cát lơi
Ta dòng suối ngọt đang chảy về biển lớn
Biển từ bi, biển trí tuệ, biển chân như
Cuộc sống vốn miên trường thay đổi,

như mưa hôm nay và nắng gắt hôm qua
Ôi đời sống có thịnh suy, vui buồn, sướng khổ
Giọt vô thường bọt biển mây chiều
Nhưng may quá, chúng ta có tất cả
điều kiện tự do hạnh phúc bao la
Từ bước chân, hơi thở đến mắt ngà

Từ khối óc, trái tim đến đôi bàn tay lành mạnh
Từ hy vọng, vỗ về và động viên của bạn bè gia thạnh
Và ân tình, bảo bọc, un đúc của Mẹ Cha

Từ tổ tiên truyền thống nòi giống sơn hà
Ta phải sống để nuôi dưỡng tình thương và hiểu biết
Ta phải sống để nuôi dưỡng lòng từ bi và dũng cảm
Phải làm lành, tránh dữ, giữ sạch tâm
Ta phải sống để cuộc sống tinh anh
Ta phải sống để làm đời thêm đẹp
... Hãy yêu thương và hãy sống cho tha nhân.

Khoá tu dưỡng Tỉnh Thức cho giới trẻ
ở San Francisco, tháng 3, 2014.

About Thich Nhat Hanh Foundation

2499 Melru Lane. Escondido, CA 92026
Phone:760-291-1003 ext. 104
Email: info@ThichNhatHanhFoundation.org

Breathe! You are alive!

The mindful teachings and loving practice of Zen Master Thich Nhat Hanh invite each of us to enjoy a moment of happiness with each breath and step we take.

Thich Nhat Hanh–affectionately referred to as Thầy (teacher)–brings the art of mindful living and engaged Buddhism to the world, transforming suffering and bringing peace to millions. Now, in this moment, we each have a joyful opportunity to support Thầy's teachings.

The Thich Nhat Hanh Foundation works mindfully to engage our community in joyful giving to support Thầy's mindful teachings and loving practice around the world.

The financial support we can provide is only made possible with the generous hearts and loving commitment of people like you want to give back to Thầy"s practice. Gifts given for general support provide needed funding for many of our mindfulness practice efforts. It is also possible to designate your gifts for programs or practice centers especially close to your heart.

Of your general support contributions...

20% goes to each of our three North American Practice Centers - Blue Cliff, Deer Park, and Magnolia Grove Monasteries.

20% is distributed to Plum Village Monastery in France, home of Thầy.

10% is provided for Dharma sharing programs.

10% supports our international humanitarian relief efforts.

Please consider joining the Thich Nhat Hanh Foundation by becoming a monthly supporter in this moment. A monthly gift of $5, $10, $50 or whatever you can afford, will support our community on an on-going basis. Monthly giving is also convenient, simple, and the best way to ensure the continuation of Thầy's teachings into the future. Please Click Here, and thank you.

A lotus for you, a Buddha to be.
Peace in you.
Peace in the world.
Please join us.